சித்திரச் சுவடுகள்

ஓவியமும் எழுத்தும்

பல்லவன்

வம்சி

சித்திரச் சுவடுகள்	:	ஓவியமும் எழுத்தும்
ஆசிரியர்	:	பல்லவன்
	:	© ஆசிரியருக்கு
முதல் பதிப்பு	:	நவம்பர் 2020
அட்டை புகைப்படம்	:	பி.எஸ். வம்சி
வெளியீடு	:	வம்சி புக்ஸ்
		19, டி.எம்.சாரோன்,
		திருவண்ணாமலை - 606 601
		9445870995, 04175 - 235806
அச்சாக்கம்	:	மணி ஆப்செட், சென்னை - 600 077
விலை	:	₹ 350/-
ISBN	:	978-93-84598-94-5

Chithira Suvadugal	:	Painting and Penning
Author	:	Pallavan
	:	© Author
First Edition	:	November - 2020
Wrapper Photography	:	B.S. Vamsi
Published by	:	Vamsi books
		19.D.M.Saron,
		Tiruvannamalai - 606 601
		9445870995, 04175 - 235806
Printed by	:	Mani Offset, Chennai - 600 077
Price	:	₹ 350/-
ISBN	:	978-93-84598-94-5

www.vamsibooks.com - e-mail: vamsibooks@yahoo.com

எப்போதும் மனம்விட்டு பேசிய நண்பரும்
எழுத்தாளருமான பிரபஞ்சனுக்கு...

ஓவிய மனதிலிருந்து

மனித முகங்களை வரைவது அவ்வளவு ஒண்ணும் சாதாரண விஷயம் இல்லை. மலை, அருவி, மரம் செடி கொடிகளை எப்படி வேணாலும் வரையலாம். அதற்கு குறிப்பிட்ட அடையாளம் எல்லாம் கிடையாது. ஆனால், மனித உருவங்களுக்கு அடையாளம் இருக்கின்றன. 128 கோடி நபர்கள் இந்தியாவில் இருக்கிறோமென நாம் பொதுவாக நினைக்கிறோம். எல்லாருக்கும் ஒரு மூக்கு, ரெண்டு கண்ணு, ரெண்டு கை, கால் இருக்குண்ணு நினைக்கிறோம். ஒரு விஷயம் தெரியுமா. இந்த 128 கோடிப்பேரு உருவத்தையும் நீங்க போட்டோ எடுத்து பாத்தீங்கன்னா, ஒரு மனிதனுடையது மாதிரி இன்னொரு மனிதனுடைய முகம் இருக்காது. ஒரு மனிதனுனைய கண்கள் மாதிரி, மூக்கு மாதிரி, உடம்பு மாதிரி இன்னொரு மனிதனுக்கு இருக்காது. ஒரு மனிதனுடைய வண்ணம் அப்படியே எக்சாட்லி இன்னொரு மனிதனுக்கு இருக்காது. அவ்வளவு தூரம் நீங்க போக வேண்டாம். இரட்டையர்களை எடுத்துக் கொள்ளுங்களேன். ட்வின்ஸாத்தானே பிறந்திருப்பார்கள்? இருவரும் கிட்டடத்தட்ட ஒரே மாதிரித்தானே இருப்பார்கள். அவர்களையே தனித்தனியாக பார்த்தால் நீ ராமனா லட்சுமணனான்னு தெரியலப்பா, ரெண்டு பேரும் ஒரே மாதிரி இருக்கீங்கன்னு சொல்லுவார்கள். ஆனால், இரண்டு பேரையும் பக்கத்தில் வைத்துப்பார்த்தீர்களேயானால், ஒரு முடி அளவுக்காவது ஒருத்தன் உயரமாக இருப்பான். மற்றவன் குறைவாக இருப்பான். ஒரு சின்னப் புள்ளி அளவுக்காவது ஒருத்தன் சிவப்பாக இருப்பான். ஒருத்தன் கம்மியாக இருப்பான். முழுமையாக முகத்தை

உற்றுப்பார்த்தீர்களேயானால், அதில் புருவம், கண், மூக்கு... என சின்னச் சின்ன வித்தியாசங்கள் இருக்கின்றன.

ஒன்றும் வேண்டாம் உங்க முகத்தை ஸ்ட்ரெயிட்டா வச்சு பாஸ்போர்ட் எடுக்கிறீர்கள் இல்லையா..? அப்படி ஒரு பாஸ்போர்ட் போட்டோ எடுத்து 12 து10 பிரிண்ட் போட்டு முகத்தை நீள்வட்டமாக வைத்து இரண்டாக வெட்டி விடுங்கள். அப்படி வெட்டி இரு படங்களையும் இடம், வலம் வைத்துப் பார்த்தீர்களேயானால், ஒரு கண்ணு கொஞ்சம் பெரிதாக இருக்கும். இல்லை கொஞ்சம் சிறியதாக இருக்கும் இல்லைன்னா, ஒரு கண்ணு கொஞ்சம் மூடிய மாதிரி இருக்கும்; ஒரு கண்ணு கொஞ்சம் திறந்த மாதிரி இருக்கும். மூக்கு துவாரத்தைப் பார்த்தீர்ரகளேயானால், ஒரு மூக்கு துவாரம் வட்டமாய் இருக்கும். இன்னொன்று கொஞ்சம் ஓவலாக இருக்கும். உதடுகளைப் பார்ரத்தீர்களேயானால் ஒரு உதடு கொஞ்சம் நீளமாக இருக்கும். இன்னொன்று கொஞ்சம் குறைவாக இருக்கும். தாடையைப்பார்த்தீர்ரகளேயானால் ஒரு பக்கம் கொஞ்சம் பெரியதாக இருக்கும் மற்றொரு பக்கம் கொஞ்சம் சிறியதாக இருக்கும்.

சிவகுமாரைப் பார்த்தீங்கன்னா என்ன நினைக்கிறீங்க? சிவக்குமார் ரொம்ப அழகானவர்னு நினக்கிறீர்கள் இல்லையா? நான் சொன்ன மாதிரி சிமிட்டிக்காகவா இருக்கிறது? இல்லை. கே.ஆர். விஜயா, வைஜயந்திமாலா... அப்படி ஒரு வெகு குறைவான சிலருக்குத்தான் சிமிட்டிக்கலா இருக்கிறது.

யாரெல்லாம் வலது பக்க கடைவாயைப் பயன்படுத்தி மென்று சாப்பிடுகிறோமோ, அவர்களுக்கெல்லாம் வலது பக்க தாடை அமைப்பு கொஞ்சம் பெரியதாக இருக்கும். உங்களுக்கே தெரியாது, நீங்கள் சாப்பிடும்போது வலது பக்கம்தான் உணவைத்தள்ளி மெல்லுவீர்கள். அப்படி சிறுவயதிலிருந்தே பண்ணியதால் வலது பக்க தாடை கொஞ்சம் பெரியதாக இருக்கும். இப்போது, நான், ஜெயலலிதா, நாகேஷ் ஆகிய 3

பேரை பார்த்தீர்களேயானால் எங்களுக்கு இடது தாடை கொஞ்சம் பெரியதாக இருக்கும். அதாவது எந்தப்பகுதிகளை அதிகமாகப் பயன்படுத்துகிறீர்களோ அதற்கேற்ற மாதிரி இருக்கும். இப்போது உடம்பை எடுத்துக்கொண்டீர்களேயானால், பலமான கையுடைய தோள்பட்டை ஒரு மில்லி மீட்டர் இறங்கியிருக்கும். இதை மாதிரி முகத்தைப் பார்க்கும்போது சிரித்துக்கொண்டிருக்கும் முகத்தைப்பார்த்தால் இரண்டு பற்களுக்கிடையில் ஒரு சின்னக்கோடு இருக்கும். மயிரளவு அந்த சின்னக்கோடு கொஞ்சம் அதிகமயிடுச்சுன்னா அது உன் முகமாக இருக்காது. கீழ்வரிசைப்பற்களை நீ ஏமாற்றிவிடலாம். ஆனால், மேல் வரிசைப்பற்களை அதிலும் நடுவிலிருக்கும் இரண்டு பற்களை கொஞ்சம் மாற்றி வரைந்தால் முகமே மாறிப்போகும். படம் வரையும்போது அந்த ரெண்டு பற்களுக்கிடையில் எக்ஸ்ட்ராவாக ஒரு சிறிய கோடு போட்டால் முகம் மாறிப் போகும். கண்களில் இப்போது எனக்கு பார்த்தீர்களேயானால், இடதுபுறம் நடுவில் உதயசூரியன் மாதிரி வந்து அப்புறமா புருவம் போகுது. வலது புற புருவம் அப்படி இல்லை. வலது காது ஒரு மில்லி மீட்டர் இறங்கி இருக்கிறது. இடது காது நேராக இருக்கிறது. சிரிக்கும்போது பற்கள் எனக்கு நேராக இருக்காது. அப்படியே வலப்பக்கம் நகர்ந்திருக்கும். இத்தனை விஷயங்கள் இருக்கின்றன. அதையெல்லாம் ஸ்டடி பண்ணித்தான் நீங்க படம் வரையணும்.

மகாத்மா காந்தி உலகத்திலேயே பெரிய தலைவர்தான். மகாத்மா காந்தியின் 25 வயது புகைப்படத்தை எடுத்துப் பார்த்தால் எலிக்காது மாதிரி இருக்கும். மொரார்ஜி தேசாய் காதும் அப்படித்தான். ஒரு பக்கம் பெரிதாக இருக்கும். இன்னொரு பக்கம் சிறியதாக இருக்கும். அவர்களுக்கு அன்யூஸ்வல் காது. அது மாதிரி பிறப்பிலிருந்தே ஆபிரகாம் லிங்கனுக்கு கன்னம் ஒடுங்கி இருக்கும். கைகள் கொஞ்சம் நீளமாக இருக்கும். அதே மாதிரி மகாத்மாகாந்தி உடல் கொஞ்சம் ஒடுங்கிப்போயி?ருக்கும். நெஞ்சுப்பகுதி அகலமாக இருக்காது. இப்போ, சிவாஜி கணேசனை விட

எனக்கு நெஞ்சுப்பகுதி அகலம் அதிகம். எம்ஜிஆருக்கு நெஞ்சுப்பகுதி குறைவு. எம்ஜிஆரோட சட்டையை நான் போட்டேனெனில் என்னுடைய நெஞ்சுப்பகுதியில் கொஞ்சம் பிதுங்கி இருக்கும்.

மகாத்மா காந்தியின் கீழ் உதடு கொஞ்சம் பெரியதாக இருக்கும். பொக்கைவாய். கீழ் உதடுகளில் சுருக்கம் தெரியும். காமராஜர் முரட்டுத்தனமான தோற்றம். கண்கள் பயமுறுத்துகிற மாதிரி இருக்கும். மூக்கு மடல் அவருக்கு விரிந்திருக்கும். உதடுகள் இரண்டும் பெரியது. நேருவுக்கு உதடுகள் ரொம்ப சிறுசா கண்கள் பெருசா வெள்ளைக்காரன் மாதிரியான உதடும் இருக்கிறது. மூக்கு கொஞ்சம் கூராக இருக்கும்.

நேராக நின்று பார்க்கும் போது யாருடைய மூக்குகளிலுமுள்ள துவாரங்கள் தெரியக்கூடாது. மூக்கு துவாரம் தெரிந்தால் அனாட்டமிக்கலாக அது நல்ல முகம் இல்லை. சிரிக்கும்போதும் பார்த்தீர்களெனில் உங்கள் மூக்கு துவாரம் தெரியக்கூடாது. அப்படி மூக்கு துவாரம் தெரிந்தால் ஸ்ப்ளிட்டட் நோஸ்னு பேரு. அதே மாதிரி பத்மினியைப் பார்த்தீர்களேயானால், நேராகப் பார்க்கும்போது பத்மினி, ஜெமினி இரண்டு பேருமே ரொம்பப் பிரமாதமாக இருப்பார்கள். பக்கவாட்டில் பார்த்தீர்களேயானால் ஒட்டக மூக்கு மாதிரி மூக்கோட நடுப்பகுதி தூக்கிக்கொண்டு இருக்கும். இப்படி அனாட்டமிக்கலாக ஒரு மனிதனை ஸ்டடி பண்ணி வரைவது அவ்வளவு கஷ்டமான விஷயம். இந்த மாதிரி விஷயங்களை ஸ்டடி பண்ணி மைண்ட்ல ஏத்தி பிறகுதான் நீங்கள் படம் வரைய வேண்டும்.

பல்லவன் படம் வரைந்திருக்கிறார் என்றால், அதுவும் யாரிடமும் கற்றுக்கொள்ளாமல் இந்த அளவுக்கு வரைந்திருக்கிறார் என்றால் அவரைப்போற்ற வேண்டியதுதான். வேறு வழி கிடையாது. ஆனால், டீப்பா, உள்ளே போய்ப் பார்த்தால், எந்த படத்தையும் பத்து குறை சொல்ல முடியும். ஆனா செல்ஃப் மேடு மேனா இந்த அளவுக்கு வரைந்திருக்கிறார் என்றால் அவரைப்பாராட்ட வேண்டியதுதான் வேறு வழியில்லை.

நான் அடிக்கடி சொல்ற மாதிரி இந்தியாவில் ஓவினாகப் பிறப்பது பெருமைக்குரிய விஷயமல்ல. அதுவும் தமிழ்நாட்டில் ஓவியர்களுக்கு கட்டைவண்டி ஓட்டுபவர்களுக்கு உள்ள மரியாதைதான் கிடைக்கும். பல்லவன் அவருடைய வாழ்வின் சில பகுதிகளை அனுப்பி இருக்கிறார். நானும் கஷ்டப்பட்டு இருக்கிறேன். ஆனால், எனக்கு முறையாக படிக்கும் வாய்ப்பு கிடைத்தது. அவருக்கு அந்த வாய்ப்பும் கிடைக்கவில்லை. எங்கெங்கேயோ சைன் போர்டு எழுதி படாதபாடு பட்டு போராடி வந்திருக்கிறார்.

இன்னைக்கு கைகளால் போர்ட்ரைட் வரைபவர்கள்னு பார்த்தால் ஒரு இருபத்தைந்து முப்பது பேர்கூட உயிரோடு இல்லை. எப்பொழுதோ இருந்திருப்பார்கள், சிவகுமார் மாதிரி. இப்பொழுது வரைபவர்கள் மிகவும் குறைவு. அதுல இந்த மனுஷன் 50 வயசு, 60 வயசு தாண்டி இன்னும் படம் வரைந்துகொண்டு இருக்கிறார். நான் எங்கேயோ உட்கார்ந்து கொண்டு இருக்கிறேன். அவரைக்கட்டிப்பிடித்து முத்தம் கொடுக்கிறேன். வேறு எதுவும் பண்ண முடியாது.

ஓவியத்தை விட அவருடைய எழுத்துகளில் வீரியம் அதிகமாக இருக்கிறது. ஓவியன் பெரிய ஆளா இல்ல எழுத்தாளர் பெரிய ஆளா என்றால் இவருடைய எழுத்து கொஞ்சம் நீட்டிக்கொண்டு முன்னாடி வந்து நிற்கிறது. எழுத்தை அவர் நிறைய டெவலப் பண்ணிக்கொண்டே இருக்கிறார். நிறைய படிக்கிறார்னு தெரிகிறது. இப்படி எழுத்து மீதான ஆர்வமுள்ள ஓவியங்கள் மீதான ஆர்வமுள்ள ஒரு தம்பி இருக்கான். அவனைப் பாராட்டுவதை விட எனக்கு என்ன பெருமை இருக்கிறது? அவர் பல்லாண்டு வாழட்டும்; பல்லாண்டு வாழட்டும்...

சிவகுமார்
ஓவியரும் திரைக்கலைஞரும்

இரண்டாம் ஆட்டத்தின் துவக்கம்

என் நண்பனும் கவிஞனுமான பீனிக்ஸின், கோட்டோவியத்தை, அவன் ஆட்டோவோடு சேர்த்து, அதன் ஜீவனோடு ஓவியர் பல்லவன் வரைந்திருப்பதைப் பார்த்தபோதும் அதற்கு அவர் எழுதியிருந்த எழுத்தை வாசித்த போதும் இந்தக் கலைஞனின் இரண்டாம் ஆட்டம் துவங்கிவிட்டது என்பதை உள்ளூர உணர்ந்தேன்.

என் பத்து வருட இடைவெளியை நானே சில வினாடிகளில் கடந்து அவரை என் குரல் வழியே அடைந்தேன்.

ஒரு அடைகாத்தலின் பொரித்தல் காலம் அது அவருக்கு. லௌகீகம் அடைத்திருந்த அவரது ஜீவ ஊற்றை அவரே தன் பலம் கொண்ட மட்டும் நெம்பித் தள்ளினார். அப்படி தள்ள முடியாமலோ, தள்ள மனமின்றியோ அதிலேயே ஜீவசமாதி அடையும் சாதாரணர்கள் மத்தியில் ஒரு கலைஞனின் நிமிர்தல் இது.

அந்த நிமிர்தலே நான் என் தோளோடு அவரை அணைத்துக் கொள்ளவும் நெற்றியில் ஒரு முத்தமிடவும் செய்தது.

இரண்டு பேருக்குமே இரண்டாம் ஆட்டம் துவங்கியது.

அவர் ஓவியத்திலும், எழுத்திலும் வசிக்க ஆரம்பித்தார். மனம் போன போக்கில், எந்த வரையறையுமின்றி, பக்க அளவுமின்றி எழுதித் தள்ளினார். அப்படியே வரைதலும். ஒரு கணத்தில் நாங்களே அவர் கரம் பிடித்து கொஞ்சம் நிறுத்தி போகச் சொன்னோம். ஆனாலும் அந்த கலை மனம் அடங்கினபாடில்லை.

அது புத்தகமாக மாறவேண்டிய அவசியத்தையும் , சில மனநிலைகளை நீட்டித்து எழுதும் படியும் அவருக்குச் சொல்லிக்கொண்டே இருந்தேன்.

நிதானம் அவர் எழுத்தை இன்னும் கூர்மையாக்கியது. செதுக்கல், உதிரும் கற்சிதறல்களை அதிகமாக்கின. சில ஓவியங்களை வேறொரு மனநிலையில் வரையச் சொன்னோம். இரண்டாம் வரைதலால்தான் முழுமையான சுந்தர ராமசாமி கிடைத்தார். இரண்டாம் எழுத்தில்தான் இன்னும் விரிவான ஜெயகாந்தன் கிடைத்தார். பாரதிதாசன் இதிலிருந்து விடுபட்டார் . ஒரு புத்தகமாக்கலின் முழுமை இதுதான்.

நீர் வண்ண ஓவியங்களை, சட்டமிட வைத்தோம். அதைக் காட்சிப்படுத்த சொன்னோம். ஒரு படைப்பின் விரிவாக்கம் என்பது எல்லை இல்லாதது. அது வானத்திற்கான அளவிலானது என்பதை அவரிடம் கலந்து விவாதித்தோம்.

பல்லவனின் இந்த இரண்டாம் ஆட்டம் முற்றிலும் வணிக நோக்கமற்ற கலை. ஜீவித நிறைவு அல்லது நிராகரிப்பு அவர் தற்காலிகமாக இழந்திருந்த கலையை அவருக்கு மீட்டு கொடுத்திருக்கிறது .

அறுபதுகளை கடந்து, வீட்டுத் திண்ணையில் , கவனிப்பாரற்று , இருமிக் கொண்டு தன் அந்திம நாட்களை எண்ணிக்கொண்டு இருப்பவனல்ல கலைஞன். அவன் படைப்பூக்கம் கூடிவர வயதெல்லாம் ஒரு தடையே இல்லை என்பதுதான் மானுட தரிசனம். அதுதான் பல்லவனின் வாழ்வையும் வந்தடைந்துள்ளது.

இரண்டாம் ஆட்டத்தின் வெற்றி ஆட்டக்காரனும், என் நண்பனும், தோழனுமான பல்லவனை இறுக அணைத்துக் கொள்கிறேன். சீர சூட்டில் குளிர்ந்த இன்னொரு முத்தத்தையும் இவன் கலைக்கு பரிசளிக்கிறேன்.

எளிமையான அன்புடன்

பவா செல்லதுரை

மீண்டும் வரைய நேர்ந்த கணம்

எனக்கு கரைந்து போகிற மனநிலையில் தான், ஓவியமும் எழுத்தும் வாய்க்கிறது. கருத்த மேகம் சூல் கொண்டு பொழிவது போல....! என்னோடு பழகிய மனிதர்கள், நண்பர்கள், தோழர்களின், மேன்மைகளைப் பற்றி மட்டுமே இப்போதெல்லாம் பேச சொல்லுகிறது. மழை எப்பொழுதுமே அழுக்கு சுமந்து வருவது இல்லை. தாவரங்களும் மரங்களும் தன் நிலையிலிருந்து மாறுபடாதவை. அவைகள்தான் எனது ஆசிரியர்கள். மனம்கனிந்து போயிருக்கும்போது வண்ணங்களும் எழுத்துகளும் கைகூடி வருகிறது.

குழைக்க.... எழுத்துக்களை கோர்க்க., அன்பு மட்டுமே பிரதானமாக கண்களில் சுடர் விடுகிறது. மனிதர்களின் நேசிப்பை மட்டுமே நான் இப்பொழுது அடைகாத்து வருகிறேன்.

என் மூன்றாம் வகுப்புத் தோழன் பலமானவனாக பக்கத்தில் இருந்துகொண்டு எனக்கு தொல்லை கொடுத்ததால், அந்த தொல்லைகளை வென்றெடுக்க, ஓவியக் கோடுகள் என் கைகளுக்கு வலு சேர்த்தது! அவனை கார்ட்டூன் படம் போல் வரைந்து வகுப்பில் மாணவர்களிடம் காட்ட.... வகுப்பு சிரிப்பொலிகளால் நிரம்பி வழிந்தது. அதில் என் வெற்றியை உறுதி செய்து கொண்டதாக எண்ணிக் கொண்டேன். சிறு பிராயத்தில் என்னைப் பின்தொடர்ந்த ஓவியக் கோடுகள் சினிமா நட்சத்திரங்களைப் பார்த்து வரைகின்ற அளவிற்குப் பயிற்சியைத் தந்திருந்தது. அப்போது ஆசிரியர்கள் மத்தியிலும் மாணவர்களின்

மத்தியிலும் பாராட்டுதல்களைப் பெற்று , படங்கள் வரைந்து பெருமைப்பட்டுக் கொண்டது மனது !

எட்டாம், ஒன்பதாம் வகுப்புகள் ஹாஸ்டலில் படிக்கும் பொழுது , டூரிங் டாக்கீஸ்களில், இன்று முதல், இன்று இப்படம் கடைசி போன்ற வரிகளை நீலம் தோய்ந்த., ஈச்சங் குச்சித்தூரிகைகளால், இரவுகளைக் கழித்து , அதில் வரும் பணத்தைக் கொண்டு , காலைச் சிற்றுண்டிகளை நிறைவு செய்தது வயிறு. என் இளமைக்கால பருவம் வாழ்வதற்கான போராட்டக் களமாகவே அமைந்தது .விதி என்ற பெயரால் உறவுகளால் விதைக்கப்பட்டவன்.பார்வை தெரியாத ஒரு இளைஞனை , காட்டில் விளைந்த மூங்கில்.. புல்லாங்குழலாய் மாறிஇசை தொற்றி கொண்டதுபோல ...போராடிப் போராடி ஓவியக்கலையைப் பயின்று வாழ்வை நான் செதுக்கி கொண்டவன் நான்.

என்னுடைய ஓவியப் பயிற்சி , ஓவியம் சார்ந்த தொழில்கள் வேலூரில் மேற்கொண்டு பயின்றாலும், அன்றைய ஓவியர்கள் ஆன கே. மாதவனின்ஆயில் பெயிண்டிங்குகளும் , வாட்டர் பெயிண்ட் படங்களும் வசீகரித்தது. ஆர் நடராசனின் பன்முகத்தன்மை கொண்ட ஓவியங்களும் , நடிகரும் ஓவியருமான சிவக்குமார் , சிற்பி , மாருதி , மணியம் செல்வன் , ஜெயராஜ் இவர்களின் கோடுகளும் வண்ணங்களும் மனதில் நிலைநிறுத்திக் கொள்ள வாய்ப்பாய் அமைந்தது. டாலியின் ஓவியங்கள், ராஜா ரவிவர்மாவின் ஓவியங்கள் என் பயிற்சிக்கு அடி உரமாக அமைந்தது. நான் ஓவியக் கல்லூரியில் சேர முடியாது போன வருத்தத்தை ஓவியக் கல்லூரி ஆசிரியர்களான தனபால் சாரும், ஏ. பி. சந்தானராஜிம் பகிர்ந்துகொண்டார்கள். ட்ராட்ஸ்கி மருது, விஸ்வம் போன்றவர்களின் நட்பு என்னை இயங்கவும் வைத்தது. ஓவியத் தொழில் தொடங்க திருவண்ணாமலை நகரம் என்னை மையப்படுத்தி கொண்டது. வாழ்க்கையின் பெரும் பகுதிகளை திருவண்ணாமலையில் பகிர்ந்து

கொண்டிருக்கிறேன். ஓவியத்தின் கூடவே இலக்கிய நட்பும் என்னை ஸ்வீகரித்துக் கொண்டது. ஆரம்ப காலத்தில் செம்மலர் என்ற பத்திரிக்கையில் சிறுகதை எழுதினாலும் அதைத் தொடர முடியாமல் போய்விட்டது. லௌகீக வாழ்க்கை, குடும்பச்சுமை இவைகளை எல்லாம் தனி ஒரு மனிதனாக போராடி, பிழைப்பு சார்ந்த ஓவியங்களாகவும், ஓவிய ஆசிரியர் பணிக்காகவும், உள்ளூரிலேயே என்வேர்கால்களுக்கு நீர் ஊற்றி தக்க வைத்துக் கொண்டேன். குடும்பத்தைச் சார்ந்த தனிமனிதப் போராட்டம் நிரந்தரக்கலைஞனாக மாற முடியாமல் மனிதனாகவும் பார்த்துக்கொண்டது.

இடையில் புத்தக வாசிப்பு, கேள்விக்கான அறிவின் தொடர்ச்சி என்னை எழுதவும் தூண்டுகிறது. ஆரம்ப காலத்தில் முற்போக்கு எழுத்தாளர் தோழர்களின் தோழமையும் நட்பும் என்னை தீவிரமாகவும் இயங்க வைத்தது. தமிழ்நாடு எங்கும் பேனர்கள் வரைய வைத்து ஓவியராக மேடைகளில் அறிமுகப்படுத்தி வித்தியாசமான ஓவியங்களால் பேசப்படவும் வைத்தது. கலை இலக்கிய இரவுகளின் பேனர்கள் பொதுமக்களின் மத்தியில் கொண்டு சென்றது. எனது ஓவியம் பற்றியும், பெரிய பெரிய பேனர்கள் பற்றியும் தமிழ்நாடு முழுவதுமாய் இலக்கியவாதிகள் பேச்சுக்களில் கொண்டு செல்லப்பட்டது. பல இலக்கிய ஆளுமைகள் அறிமுகமும், பேச்சின் தொடர்பும் இன்று வரை நீடிக்கின்றது. தா. ஜெயகாந்தன், பிரபஞ்சன், கந்தர்வன், மேலாண்மை போன்ற மறைந்த இலக்கியவாதிகளும், சா தமிழ்ச்செல்வன், ஜெயமோகன், எஸ்.ரா. கோணங்கி, பி. கிருஷ்ணகுமார் என இலக்கிய எழுத்தாளர்கள், பேச்சாளர்கள் என பட்டியல் நட்பு வட்டாரத்தில் நீண்டு கொண்டே போனது. என் பயணமும் இப்படிப்பட்ட வாசமுள்ள மனிதர்களை இணைத்துக்கொண்டு அவர்களின் அனுபவங்களோடு எழுத்தும் உள் பதியவே வரையவும் எழுதவும் ஆசை கொண்டது.

நல்ல ஓவியர்களின் மன உலகம் அன்பாலும், நெகிழ்ச்சியாலும் கட்டப்பட்டதாகும். மனிதர்களின் மீது கொண்டிருக்கிற பிரியங்கள் தானே பரிவு காட்டவும் , படம் வரைந்து பார்க்கவும் எழுதவும்அனுமதிக்கிறது என்பதை உணர்ந்து கொண்டேன்.

என் வாழ்வின் அதிக இலக்கிய ஆர்வமுள்ள பகுதிகளை ஏற்படுத்தியவன் பவா. அவனது அப்பா, அம்மா அவர்களின் குடும்ப உறுப்பினராக நான் பழகி பவாவை தம்பியாக இணைத்துக் கொண்டவன். கூட பயணித்தவர்களில், அதிகமாக நூல்களைப் பற்றி பேசுவான். சிறுகதைகள், கவிதைகள் ஓவியங்கள் குறித்த தர்க்கங்களுக்கும் நிறைய நடைபெறும். அவனுக்கு எப்பொழுதும் ஒரு சிறப்பு உண்டு. எல்லா மனிதர்களின் குறைகளைக் களைந்து விட்டு அவர்களிடம் உள்ள நல்லவைகளை மட்டுமே எடுத்துக் கொள்வான். அது அவனுக்கு சிறு வயதில் இருந்தே வந்த பழக்கம். மனிதர்களின் தீமைகளைக் குறித்து பேசி காலத்தைக் கழிக்கும் இந்த சமூக அமைப்பில் தானாக முன்வந்து பிறருக்கு உதவிகளை செய்பவன்.இனம் பார்க்காமல் எழுத்துக்களை மதிப்பவன். எனக்கு தெரிந்து மனிதக் குறைகளை புறந்தள்ளி அக அழகை ரசிப்பவன் அவன். அதற்கு அவனோடு சேர்ந்து இருப்பவள் சைலஜா!

ஓவியம் மட்டுமே வரைந்து கொண்டிருந்தவனை , உங்களுக்கு எழுத்து நன்றாக வருகிறது நீங்கள் எழுதியும் சாதிக்கலாம் என்ற மன தைரியத்தை வர வைத்தவர் நாடகவியலாளர் பிரளயன் ஆவார். மற்றும் எழுத்தாளர் போப்பு. தினமதி நடராஜன். கவிஞர். மு. முருகேஷ், ஆசிரியர் பச்சையப்பன். ஜி, நண்பர் வே. ஆல்ப்ரட் . இன்னும் எண்ணற்ற நட்பு தோழர்கள்!

ஃபீனிக்ஸ் என்கின்ற என்னோடு பழகிய கவிஞனும், ஆட்டோ ஓட்டுநருமான நண்பர், இறப்பிற்குப்பின், திருவண்ணாமலை பெரிய

கோபுரம் அவன் நினைவைச் சுமந்து இருப்பதை அந்த சாலையை கடக்கும்போது உணர நேரிட்டது. அவரை முதல்முதலாக வரைந்து சில வரிகளைப் பதிவிட., பவா, சைலஜாவின் ஈர மனங்கள் என் விரல் பிடித்து ஓவியமும், எழுத்துமாய் ஈன்றெடுக்க இந்த நூல் வெளிவர காரணமாகவும் அமைந்தது. கூடவே என்னோடு பிரியப்படுகிற எல்லா மனங்களும் இதில் ஆர்வம் கொள்ள வைத்துள்ளது ஈர நெஞ்சங்களில் எத்தனை மலர்த் தோட்டங்கள் உருவாவதைக் காணமுடிகிறது. இது என்னோடு பழகிய எழுத்தாளர்கள், நான் படித்த அவர்களின் நூல்கள் என் மனதை மென்மையாக்கிய, வண்ணதாசன், வண்ணநிலவன், பாஸ்கர் சக்தி, எழுத்தாளர் வெண்ணிலா, ஜெயஸ்ரீ என பட்டியல் தொடர்ந்து கொண்டே போகிறது.

நான் பத்தாம் வகுப்பு படிக்கையில் அன்றைய நடிகரும் ஓவியருமான சிவக்குமார் படம் வரைந்து அவருக்கு அதை அனுப்பி அவர் லெட்டர் பேடில் வாழ்த்து வாங்கி, அதை இப்பொழுது பவா மூலம் புதுப்பித்துக் கொண்டேன். அண்ணன் சிவக்குமார் அவர்கள் அவர் வரைந்த படங்களை எனக்கு அனுப்புவதும், நான் வரைந்து அவருக்கு அனுப்புவதும், எனக்கும் அவருக்குமான அண்ணன் தம்பி உறவுகள் பலப்பட்டு கொண்டிருக்கிறது. இந்த நூல் முத்தாய்ப்பாய் வர., அவர் அணிந்துரை அளித்து இருப்பது எனக்கு பெருமை அளிக்கிறது. இதில் வயதின் முதிர்வு, இலக்கிய பயணம் என எல்லாவற்றையும் வைத்து கூடுமானவரை வரிசைப்படுத்தி உள்ளோம். தன் யோகாசனப் பயிற்சி, கட்டுக்கோப்புடன் உள்ள உடல் கட்டுப்பாடு, இளமையின் ரகசியத்தை நிலைநிறுத்திக் கொள்ளும் என்றும் மார்க்கண்டேயன் அண்ணன் சிவகுமார் அவர்களோடு இப்போதைக்கு இந்த நூலை நிறைவு செய்கிறேன்.

இதை நூலாகக் கொண்டுவர எல்லா வகை உதவிகளையும் கூட இருந்தே கவனித்து வரும் பவா, ஷைலஜா, மோகனா, உத்தரகுமாரன்,

பச்சையப்பன். ஜி, நாடகக் கலைஞன். காளிதாஸ், தங்கதுரை அரசி, வெற்றி கார்த்தி, சதுர்த்தி ஓட்டுநர்கள். ரமேஷ், வில்சன் ஆகிவர்களுக்கும்.

அட்டைப்புகைப்படம் கொடுத்த வழக்கம் போல ஒரு புன்னகையுடன் பெரியப்பா என அழைக்கும் வம்சிக்கும்.

என் அக்கரையில் உடன் இருந்து வரும் எனக்கு எப்பொழுதும் உதவுகிற மனைவி உமா, மகன்கள் செந்தில்குமார், தாமோதரன், மகள். அனிதா, மருமகன். சிவகுமார், பேரன். அரவிந்த் அருணாசலம், ஆகியவர்களுக்கு என் அன்பின் கரைதலை வண்ணமயமாக்கி நன்றி தெரிவித்துக் கொள்கிறேன்

பல்லவன்

ஜி. நரசிம்மன் (எ) பல்லவன்

அப்போதைய ஒருங்கிணைந்த வடஆற்காடு மாவட்டமாக இருந்த, அரக்கோணம் பக்கத்தில் மின்னல் நரசிங்கபுரம் கிராமத்தில் பிறந்து, ஆரம்பக் கல்வி, ஹை ஸ்கூல் வாழ்க்கை என அம்மையார்குப்பம், கொடைக்கல், மின்னல் நரசங்புரம் என எஸ்எஸ்எல்சி வரை படிப்பு முடித்தவர்.

வாழ்வைத் தொடங்கிய வாழ்க்கைப் பயணம் வேலூரைச் சார்ந்து அமைந்தது .வேலூரில் வீனஸ் ஆர்ட்ஸ் என்கிற ஓவியக் கூடத்தில், வீரராகவன், ஜனார்த்தனம் போன்றவர்களிடம் விளம்பர எழுத்துக்கள் எழுதப் பழகி, சுயமாக ஓவியம் கற்றுக் கொண்டார்.

ஓவியர். பி. முனிரத்தினம் ஓவிய ஆசிரியரின் வழிகாட்டுதலின் பேரில் அரசுத்துறை சார்ந்த ஓவிய பயிற்சிகளை முடித்து டிப்ளமோ இன் டிராயிங் தேர்வு பெற்று ஓவிய ஆசிரியர் பயிற்சிக்கும் தயாரானார்.

திருவண்ணாமலையில் இருந்த அவரது சகோதரருடன் சேர்ந்து 'ஜெமினி பிரதர்ஸ் 'ஏற்படுத்தி அதற்கு பின்னர். 'பல்லவன் ஆர்ட்ஸ் 'என்கிற கலைக்கூடம் தொடங்கினார்.

வெண்மணி என்ற கவிஞரின் நட்பு ஏற்பட்டு தமிழ்நாடு முற்போக்கு எழுத்தாளர் சங்கத்தோழர்களோடு பழக்கம் ஏற்பட்டு கலை இலக்கிய நண்பர் வட்டத்தில் ஈடுபடுத்திக்கொண்டார் .தமிழ்நாட்டில் முதன்முதலாக பெரிய பெரிய பேனர்கள் வைத்து ஏழை எளிய மக்களின் படங்களைப்

பெரியதாக வரைந்து திருவண்ணாமலை மக்களால் ஈர்த்துக் கொள்ளப்பட்டார். தமிழகத்தில் முதன்முதலாக இலக்கிய அமைப்பில் மிகப்பெரிய பேனர்களை வரைந்து இலக்கிய ஆளுமைகள் மத்தியிலும் பொதுமக்கள் மத்தியிலும் பிரபலமானவர் இவர். பிறகு தமிழ்நாடு முழுவதும் இது போன்ற பேனர் கலாச்சாரம் ஏற்பட முதன்மையானவராக இருந்தவர் இவர்.

இவர் ஏற்கனவே அரசு ஓவியப் பயிற்சி முடித்ததாலும், இவரின் தனித்திறமைகளைப் பாராட்டியும் டேனிஷ் மிஷன் நிர்வாகம் ஆர் ஜே சாமுவேல் என்பவரால் ஓவிய ஆசிரியர் பணியும் கொடுத்து பெருமைப்படுத்தியது.

தமிழக அரசால் சிறந்த (ஓவிய) ஆசிரியருக்கான டாக்டர் ராதாகிருஷ்ணன் விருது (நல்லாசிரியர் விருது) 2005 - 2006 ஆம் ஆண்டு பெற்று பாராட்டுதல்களைப் பெற்றவர்.

அக்டோபர் 2006ம் ஆண்டு குடியரசு தலைவர். எ.பி.ஜெ. அப்துல்கலாம். அவர்களிடம் இருந்து இவர் ஓவியம் குறித்த பாராட்டு கடிதம் பெற்றார்.

ராணிப்பேட்டை பெல் நிறுவன பாராட்டுகள் , 2016இல் அருணை தமிழ்ச்சங்கத்தின் 'கலைவாணர் விருது 'போன்றவைகளை பெற்று அனைவர்களின் பாராட்டுதலையும் பெற்றவர்.

ஓவியத்தின் பால் அதிக அக்கறையும் , அதன் தொடர்ச்சியின் காரணமாக இலக்கிய ஆர்வமும் ஏற்படுத்திக் கொண்டவர். 2015இல் இவர் நம்தினமதி பத்திரிக்கையில் எழுதி வந்த வாரம் ஒரு கவிதையை , காற்றின் திசை என்ற கவிதை புத்தமாக வெளியிட்டு உள்ளார்.

ஓவிய ஆசிரியர் பயிற்சி பணிக்கு ஓவியராக சென்று அரசுத் துறைக்கு பல ஓவியஆசிரியர்களை உருவாக்கி உள்ளார்.இப்போது ஓவிய ஆசிரியர் பணியில் இருந்து ஓய்வு பெற்றாலும் , இந்த டிஜிட்டல் ஓவியங்கள் ஆண்டு கொண்டிருக்கிற இந்த நேரத்தில் பென்சில் எடுத்து கைகளால் வரைந்து , வாட்டர் பெயிண்டில் வரைபவர் திருவண்ணாமலையில் இவர் ஒருவரே ஆவார்.

எந்த வியாபார நோக்கமும் இன்றி , தன் மன விருப்பத்திற்கு ஏற்ப வரைந்தும் , எழுதிக் கொண்டும் வருகிறார் என்பது குறிப்பிடத்தக்கதாகும்.

மனைவி : உமா

பிள்ளைகள் :தாமோதரன் , அனிதா , செந்தில்குமார்.

ஜி. நரசிம்மன் (எ) பல்லவன்

வீடு :373 ஏ இரண்டாவது குறுக்கு தெரு,

நேதாஜி நகர். வேங்கிக்கால்.

திருவண்ணாமலை, 606604.

பேச :9442316001.

9442316001@gmail.com

1. புதுமைப்பித்தன் 23
2. தி. ஜானகிராமன் 28
3. லா. ச. ராமாமிர்தம் 31
4. ஜெயகாந்தான் 36
5. பிரபஞ்சன் 39
6. மேலாண்மை பொன்னுச்சாமி 45
7. சுந்தர ராமசாமி 47
8. ஜி. நாகராஜன் 52
9. விக்ரமாதித்தன் 54
10. கி. ராஜநாராயணன் 59
11. அ. முத்துலிங்கம் 62
12. திலகவதிஐ.பி.எஸ் 67
13. சோ. தர்மன் 70
14. வண்ணநிலவன் 75
15. இராசேந்திரசோழன் 79
17. பா. செயப்பிரகாசம் 84
18. கல்யாண்ஜி 87
19. ச. தமிழ்ச்செல்வன் 92
20. கே. வி. ஜெயஸ்ரீ 95

21.	ஜெயமோகன்	101
22.	பவா செல்லதுரை	104
24.	ஞானக்கூத்தன்	110
25.	எஸ். ராமகிருஷ்ணன்	114
26.	கோணங்கி	119
27.	வேல ராமமூர்த்தி	123
28.	கலாப்ரியா	128
29.	அழகியபெரியவன்	133
30.	அ. வெண்ணிலா	139
31.	நாஞ்சில் நாடன்	142
32.	மனுஷ்யபுத்திரன்	147
33.	பாரதி கிருஷ்ணகுமார்	151
34.	பாஸ்கர் சக்தி	156
35.	ஷாஜகான்	159
36.	கே. வி. ஷைலஜா	164
37.	போப்பு	168
38.	பீனிக்ஸ்	174
39.	க.சீ. சிவக்குமார்	176
40.	சிவக்குமார்	181

புதுமைப்பித்தன்

‘நாம் வாழ்வதாகச் சொல்கிறோம்..

ஆனால் உண்மையில் வாழ்கிறோமா?’

என்று கேட்ட உன்னதமான கலைஞனான புதுமைப்பித்தனின் வாக்குமூலம் இன்றுவரை இங்கு ஒலித்துக் கொண்டுதான் இருக்கிறது.

அப்போதெல்லாம் நெற்றியில் ஈரம் காயாத விபூதிப் பட்டை அணிந்து, குங்குமச் சிவப்பில் சிரித்தபடி, என் ஓவியக்கூடத்தில் ‘போற்றுவோர் போற்றட்டும்; புழுதிவாரித் தூற்றுவோர் தூற்றட்டும்’ என்ற வாசகத்துடன் வரவேற்பறையில் ஆயில் பெயிண்டால் வரையப்பட்ட கண்ணதாசன் படமாகக் காத்திருப்பார். நான் அங்கே அரசியல் தலைவர்களையும், சினிமா நட்சத்திரங்களையும் வரைந்து கொண்டிருப்பேன்.

அது 1978-ஆம் வருடம் என நினைக்கிறேன். கனல்வரிகளோடு வெண்மணி என்ற கவிஞர் என் ஓவியக்கூடத்தைத் தினந்தோறும் தன் இருப்பால் இலக்கியக்கூடம் ஆக்கிக் கொண்டிருந்தார். ஆசிரியர் பணியில் இருந்த அவர், ‘தாயே, தமிழ்த்தாயே நீ பாலாக தேனாக வந்தது போதும்;

இனியேனும் சுரண்டலைச் சாய்க்கின்ற கூரிய வாளாக வா!' என்று கவிதை பாடுவார். பட்டுக்கோட்டை கல்யாணசுந்தரம் பாட்டில் வரும் 'ஆளும் வளரனும்; அறிவும் வளரனும்' என கூடத்தில் அழகியலும் வளர ஆரம்பித்தது. தூரிகையும் தன் கூர்மையை அறிவாலும் வண்ணத்தாலும் கருத்தோவியங்கள் ஆக்கிக் கொண்டது. மாணவ நண்பர்களாக, தோழர்களாக, இலக்கிய வட்டம் பெரிதாகிக்கொண்டே வந்தது. புத்தம்புதிய கலை வடிவங்கள், நாடகம், ஓவியம் என திருவண்ணாமலை நகரம் தன்னைப் புதுப்பித்துக் கொண்டே சென்றது. டிசம்பர் 31 என்றாலே கலை இலக்கிய இரவு என்று மாறிப்போனது. திருவண்ணாமலை நகரம் அந்த மாதங்களில் காமராஜர் சிலை, அண்ணா சிலை, காந்தி சிலை, பெரிய கோபுரம் முன்பு என பேனர்களாலும் தட்டிபோர்டுகளாலும் மார்கழி மாதப் பூசணிப்பூவைப் போலப் பூத்துக் குலுங்கியது.

அப்போதுதான் துரிஞ்சாபுரம் ரயில்வே ஸ்டேஷனில் உதவி ஸ்டேஷன் மாஸ்டராக இன்றைய எழுத்தாளர் உதயசங்கர் பணியில் சேர்ந்தார். நிறைய வாசிப்புப் பழக்கம் உள்ள அவர், பவா கருணாவோடு எப்போதாகிலும் என் ஓவியக்கூடத்திற்கும் வருவார். ஒருமுறை அவர் வீட்டில் மாட்டி வைத்திருந்த போட்டோவைக் காட்டி, யாரது என்று நண்பர்கள் கேட்க, தன் சித்தப்பா என்று சொல்லியிருக்கிறார். நண்பர்களின் தொடர் வாசிப்புப் பழக்கத்திற்குப் பின்தான் அந்த புகைப்படத்திலிருந்தவர் 'புதுமைப்பித்தன்' என பின்னாளில் தெரியவந்தது. வெண்மணி மட்டும் எப்போதும் எங்களிடம் ஒன்று சொல்லுவார், 'யோவ், இந்தக் கோயில்பட்டிக்காரனுங்க வித்தியாசமானவனுங்க. நாமெல்லாம் துண்டை இடுப்புல கட்டுவோம். ஆனா, இவனுங்க கோவணத்தையே தலைப்பாகையாகக் கட்டுவாங்க' என்பார். அது புதுமைப்பித்தனுக்குச் சரியாகவும் போச்சு. திராவிட எழுத்தாளர்களை மட்டுமே தெரிந்த எங்களுக்கு மணிக்கொடி எழுத்தாளர்களை அறிமுகப்படுத்திய பெருமை வெண்மணியையும் உதயசங்கரையுமே சேரும். நாங்கள் பழகிய படித்த

எழுத்தாளர்கள் பட்டியல் ஒன்று காவிரிக்கரை எழுத்தாளராக இருக்கும்; அல்லது தாமிரபரணி எழுத்தாளர்களாக இருக்கும். நதிக்கரை ஓரங்களில்தான் நாகரிக வளர்ச்சியின் அடிப்படையில் இந்த இலக்கிய ஆளுமைகள் இருந்திருக்கிறார்கள் என்று காலப்போக்கில் தெரிந்து கொண்டோம்.

கடலூர் திருப்பாதிரிபுலியூரில் பிறந்த சொ. விருத்தாச்சலம் என்கிற புதுமைப்பித்தனின் பூர்வீகம் திருநெல்வேலி ஆகும். புதுமைப்பித்தனும் தன் பள்ளிப்படிப்பு, கல்லூரிப்படிப்பு ஆகியவற்றை திருநெல்வேலியிலேயே முடித்திருக்கிறார். மரபுகளை உள்வாங்கி புரட்சிகரமான படைப்புகளை உருவாக்கினார். நூற்றுக்கும் மேற்பட்ட சிறுகதைகள், ஐம்பதுக்கும் மேற்பட்ட படைப்புகளை நமக்குத் தந்திருக்கிறார். வேறு வேறு கோணங்களில் பல்வேறு ஓவியர்கள் புதுமைப்பித்தனை வரைந்து இருந்தாலும், எனக்கென்று சில அபிலாசைகள் உண்டு. என்னதான் தொழில்நுட்பம் டிஜிட்டல்வரை வளர்ந்து இருந்தாலும், கைகளில் பென்சிலை சீவி வரைவது என்பதே தனி சுகம்தான். ஒரு நாட்டுக்கோழி குப்பையைக் கிளறி அதில் கிடைக்கும் புழு பூச்சியை, தன் கூரிய நகத்தால், அலகால் கொத்தி ருசிப்பது போன்ற ஒரு உணர்வு. சந்தோஷமான நிலையிலுள்ள ஒரு ஓவியன், தன் சிந்தனைகளை விரல்நுனியில் நாணேற்றி காகிதத்தில் தெளிக்கும் வண்ணமே தனி சுகம்தான். ஒரு புலால் விரும்பி, ஒரு ஞாயிற்றுக்கிழமை மதியச்சாப்பாட்டில் நல்லி எலும்பை உறிஞ்சிச் சுவைப்பதற்கு இணையானது அது. ஒரு சைவச் சாப்பாட்டுப்பிரியன், தஞ்சாவூர் தாட் இலைச் சாப்பாட்டின்போது எச்சில் சுரக்கப் பசியாறுவானே அதற்கு இணையானது அது. சிறுகதைகளின் பிதாமகன் என்கிற புதுமைப்பித்தனை வரைய ஆசைப்பட்டேன். வண்ணப் புகைப்பட காலத்திற்கு முன் அவர் வாழ்ந்ததால், கருப்புவெள்ளைக் காலத்தை வண்ணமயமாக்க விரும்பினேன். படமும் வண்ணச் சித்திரமானது; அவரின் சிறுகதைகளை போலவே...

தி. ஜானகிராமன்

'மோகமுள்' என்கிற கதை தி. ஜானகிராமனின் கதை என்பதே, 1992. சாரோன் மாவட்ட மாநாட்டில் புதிய ஒளிப்பதிவாளர் என்று அறிமுகப்படுத்தப்பட்ட தங்கர்பச்சான் மூலம்தான் தெரிந்தது. மோகமுள் என்ற படத்திற்கு அவர் ஒளிப்பதிவாளர். அப்பொழுது அவர் மிகச்சாதாரணமாக கிராமத்து மணம் குன்றாத எளிய மனிதராக இருந்தார்.

அப்போதெல்லாம் எங்கள் மேடைகளில் ஓரிரு திரைப்படத்துறையைச் சார்ந்தவர்கள் கலந்து கொள்வது வழக்கம். அதன் தொடர்ச்சி இன்றுவரை தமிழக கலை இலக்கிய மேடைகளில் நிகழ்ந்து கொண்டும் வருகிறது. எங்களுக்கென எங்கள் சங்கத்தைச் சார்ந்த நிலைய வித்துவான்கள் என மேலாண்மை, கந்தர்வன், வெண்மணி, ச. தமிழ்ச்செல்வன் இன்னும் பலர் இருந்தார்கள்.

தி. ஜானகிராமன், நா.பா. போன்ற பல எழுத்தாளர்களை எங்களுக்குத் தெரிந்து கொள்ள வாய்ப்பில்லாமல் இருந்தது. அப்போதும்கூட பவா நிறைய புதிய எழுத்தாளர்களை அறிமுகப்படுத்தினான்.

திடீரென்று நான்கு நாட்களுக்கு முன் பவா போன் மூலம், ‘‘தலைவா, ‘தவம்’ என்கிற தி. ஜானகிராமனுடைய கதையை சுருதி டிவியில் சொல்லப்போகிறேன். என்ன மாதிரியாக பின்னியிருக்கிறார் மனுசன் கதையை!’’ என்று சிலாகித்து அந்தக் கதையில் கரைந்து உருகி, இருவருமாகப் பேசிக்கொண்டிருந்தோம்.

‘‘சொர்ணாவைப் பற்றி கதையில் கேட்டால் நீ அசந்துருவ ஓவியரே’’ என்றான். எந்த மனிதனுக்கும் ஒரு உள்மனது உண்டு. எனக்கு பவாவின் உள்மனது ஓரளவுக்குத் தெரியும். ஏறக்குறைய இந்த வயது... மூன்றாம் காதல் நிலைப்பருவம் கொண்ட வயது! அதாவது உணர்வுகளால் கரைந்து, படித்து அனுபவித்த வரிகளால் லயித்துப் போகிற விதத்தை சொல்லுகிறேன். கரைதலின் மொழி இலக்கியத்தில் கரைந்து போகிறவர்களால் மட்டுமே உணரக் கூடியது. எனக்கு நன்கு தெரியும் தி. ஜானகிராமனுடைய ஓவியப் பார்வை, சொக்கவைக்கும் நடையழகு போன்றவை வாசகனை நகர்த்திச் செல்லும். நாம் மறுக்க நினைக்கும் கருத்துக்களைக்கூட அவர் எழுத்தில் வசியம் செய்து நம்மை ஏற்றுக்கொள்ளச் செய்துவிடுவார். சுகமான அனுபவ வரிகளால் தீவிர ரசிகன் ஆகிவிடுவோம் நாம்.

ஏற்கனவே நான் தி. ஜானகிராமனுடைய ‘அம்மா வந்தாள்’ கதையை பவா சொல்லிக் கேட்டிருக்கிறேன். எனக்குத் தெரிந்து அவன் கதை சொல்லும் லாகவத்தை தன் உயிரில் கலந்து இருக்கிறான். அதை வெளிப்படுத்தும் விதத்தில் வெளிப்படுத்தி வாசகர்களை வசப்படுத்தியுள்ளான்.

இப்போது நீங்களும் சுருதி டி.வி.யில் ‘தவம்’ கதையில் வரும், சொர்ணாவின் அழகில்... அவள் குங்குமத்திற்கு கீழ் வைக்கும் ஒருகீற்று விபூதியின் மேன்மையில்... அவளின் தாழம்பூவின் வெளிர் நிறத்தில்

தவமாய் காத்து நிற்பீர்கள்... அந்தக் கடைசி வரிகளில், 'டேய், ரமேஷ் கார் எடுடா! என்ற பவாவின் வார்த்தைகளில், மீண்டும் தி. ஜானகிராமன் உயிர்த்தெழுகிறார்.

தி. ஜானகிராமன் திருவாரூர் மாவட்டத்தில் தேவக்குடியில் பிறந்தவர். சக்தி வைத்தியம் என்கின்ற சிறுகதைத் தொகுப்பிற்கு சாகித்திய அகாடமி விருது பெற்றுள்ளார். கலைமகள் பத்திரிகையில் எழுத ஆரம்பித்து பின்பு கணையாழி வரை எழுதியுள்ளார். நாவல்கள், சிறுகதைத் தொகுப்புகள், கட்டுரைகள் என பல நூல்கள் வெளிவந்துள்ளன. பெரும்பாலும் மத்தியதர வர்க்க பிராமணர்களின் வாழ்க்கையை கதையாக்கி இருக்கிறார். இவரது கதைகள் மனிதமன உச்சங்களையும் சீர்கேடுகளையும் குறிப்பவைகளாக இருக்கின்றன. இவரது படைப்புலகம் லட்சியங்களையும் பாடுகளையும் உள்ளடக்கியவை. இவரைப்பற்றி மேல்தட்டு வாழ்க்கையை எழுதுகின்றவர் என்கிற விமர்சனமும் உண்டு. வாசகர்கள் கூடுமானவரை, எல்லா நூல்களையும் வாசித்து அதில் வேண்டுமானால் தரம் பிரித்துக் கொள்ளலாம். காடு என்பது எல்லாவித மரம், செடி, கொடிகளை உள்ளடக்கியதுதானே. எந்த மரத்தில் என்ன பயன் என்பதை வாசித்து நீங்களே தெரிந்து கொள்ளுங்கள். எவை எவை நல்ல புத்தகங்கள் என்பதையும் தீர்மானித்து பாதையையும் வகுத்துக் கொள்ளுங்கள்.

இவரும் என்னைப்போல ஓவியம், சமையற்கலை, இசை என எல்லாவற்றிலும் ஈடுபாடு உள்ளவர் என்பதில் எனக்குச் சந்தோஷம்.

லா. ச. ராமாமிர்தம்

இவரைப் படித்து எழுதும் பொழுது, இதுவரை கண்டிராத மொழிவளம் மன வழிப்பாதை ஆகிறது. உணர்வின் உச்சாணியில் சாமியாடும் அகராதி கடந்த சொற்கள் என்னை ஆட்சி செய்கின்றன. நரம்புகளின் வழியாக தேவியின் சொர்ண ரூப காந்த எழுத்துக்கள் வலம் வருகினறன. புதிய நிலை, புதிய எண்ணம் எழுத்தாகிறது.

முதன்முதலாய் நான் படித்த லா. ச. ரா. அபிதாவா, பச்சைக்கனவா நினைவில் இல்லை. அவற்றைப் படித்து முப்பது ஆண்டுகள் கடந்து விட்டன. அவரது எழுத்துக்கள் ஒளிக்கீற்றின் ரகசிய வெளிச்சம் போல மனதில் உலவிக் கொண்டிருக்கின்றன.

இப்போது 'கேள்வி' தொகுப்பிலிருந்து சில கதைகளைப் படித்து கொண்டிருக்கும்போது நினைவெல்லாம் அலையடித்து அவரின் எழுத்து மனநிலையில், உடல் தக்கையாகி எண்ணம் உஷ்ணமாகி மனம் முழுவதும் லா.ச.ரா. வியாபித்திருக்கிறார் என்ற பிரமை.

எழுத்து தபசு நிலை. ஒரு சமுத்திரம் உள்ளடங்கிய அர்த்தபுஷ்டியான சுபாவம். பரிபூரண சம்பாஷணை. வாசிப்புத் தன்மையின் ரசவாதம். கடல் பார்க்க ஆசைப்பட்ட சிறுவனை அலை இழுத்துச் செல்லும் உணர்வுப் பேரலை அவரது எழுத்து... அவர் ஒரு மஹா சமுத்திரம்...

தயிர்சாதமும் வடுமாங்காயும் சாப்பிட்டவரா என்று எண்ணுகையில், யோகநிலை விறைத்து இருக்கிற உள்ளம் ஆகிறது. பெருவெளி உள்நுழைகிறது. கதை வரிகள் மெல்லமாய் நகர்ந்து செல்ல, ஓவியத்தில் வைக்கவேண்டிய நுட்பங்களை, வார்த்தைகளில் வைத்து பொன் அழகு வேலை செய்கிறார். சங்கீதத்திற்குள் அனுபவிக்க வேண்டிய ஆலாபனைகளை, தீட்டுப்படாத எழுத்துக்களாக நகர்த்துகிறார். பெண்களை அம்பாள் ஆக்கி அழகு பார்க்கும் திறன் வாய்த்த ஞானி. வாசகனின் விரல் பட்டால் இவரின் சங்கீதத் தந்திகள் ஒலி எழுப்பத் தவறுவதில்லை.

'புத்தி அதிகம் ஆக ஆகக் குழப்பம்', 'நினைப்பு வினை அழற்சி தரும்', 'சொல்லை அகராதியில் தேடாதே! உன் விதியில் தேடு!' போன்ற தத்துவ வரிகள் எல்லா இடங்களிலும் நம்மை யோசித்து நகர்த்துகின்றன. தொடர்ந்து வாசிக்க வாசிக்க இவரின் மனநிலை வாசகனுக்கும் கிட்டிவிடும் போலத்தான் தெரிகிறது. இளையராஜாவுக்கு ரமணர் கிட்டியது போல, இவர் மனசிலிருந்து பார்த்தால் எனக்குக் கூட அழகியலில் லிங்கம் பிடிக்காமல் போகிறது. அம்மிக்கல்லை நட்டு வச்ச மாதிரி! கல்குழவிதானே இந்த லிங்க வழிபாடு.... 'சக்தி' அப்படியல்ல! அழகின் சொரூபம் அவள். அங்க லட்சணங்கள் பொருந்திய ஆராதனைக்கு உரியவள் ஆயிற்றே!

பார்ப்பதற்கு உருவ லட்சணம், பரவசமான அங்க லட்சணம் பொருந்தியவள்தானே தேவி! தேவி கடாக்ஷம்தான் மருவி 'தெய்வ கடாக்ஷம்' ஆனதோ என்னவோ! வருஷக்கணக்கின் மொழியின் வளர்ச்சியை யார் அறிவார் பரம்பொருளே! லட்சுமி கடாட்சம், சரஸ்வதி

கடாக்ஷம் எல்லாம் தேவி வழிபாடுகள்தானே! மதுரையில் மீனாட்சி, காஞ்சியில் காமாட்சி, திருவண்ணாமலையில் அபிதகுஜலாம்பாள்... சிவன் பிச்சாண்டி! முருகன் கோவணாண்டி! அம்பாளுக்கு நகைநட்டு என்ன...? வைரத்தோடு, வைரக்கம்மல், வைர மூக்குத்தி என கருவறையின் பிரகாசம் மன வெளிச்சத்தைக் காட்டி மனதுக்குள் நிறைந்தவள் அல்லவா தேவி... என என் எண்ணங்களை அலைபோல் இழுத்துச் செல்கிறார் லா.ச.ரா!

இவரை வரைந்து எழுத வேண்டும் என்கின்ற நினைப்பில் தொகுப்பிலுள்ள மஹாபலி, சோமசன்மா, கிரகணம், தபஸ், ஆண்டாளோடு சேர்த்து, இன்னும் சில கதைகளைத் தொடர்கிறேன். இவரின் நினைப்பு, சுழிப்புக்குள் சிக்கிய வார்த்தைகள் ஆகிறது. 'பிரபஞ்சன்' இவரை, சொல்வலை வேட்டுவன் என்கிறார். என்னால் அப்படிச் சொல்ல இயலவில்லை. இவரின் தலைமுறை எண்ணங்கள் அம்பாள் தரிசன தபஸால் ஆன சொல் வேலி அமைக்கப்பட்ட ஞான நிலை வார்த்தைகளாக பிரவாகம் ஆகிறது. எளிமையின் வடிவமாய் அவதானிக்கிறது. இறப்பதற்கு முன்பு கூட, இவர் எழுத்தின் உபன்யாச சித்தராக, சிந்தனையில் ஆழமான சொற்களை அசை போட்டு இருக்கிறார் என்றே எனக்குத் தோன்றுகிறது. மனதில் எழுதி எழுதி இறுதியில் குளிர்ந்து இருக்கிறார். இவரது ஒளி ஊடுருவிய கண்களில், குழந்தையின் குதூகலம் ஒளிந்து கொண்டிருக்கிறது.

கிட்டத்தட்ட முன்னூறு சிறுகதைகள், ஆறு நாவல்கள், இரண்டு வாழ்க்கை வரலாறு... மணிக்கொடி காலத்திலிருந்து எழுதிவருகிறார். 1989-ல் சாகித்ய அகாடமி விருது பெற்றுள்ளார். சுயசரிதையாக 'சிந்தாநதி' எழுதியுள்ளார். பாற்கடல், அபிதா, தரிசனம், கங்கா, தேடல், பச்சைக்கனவு என பல தொகுதிகள் வந்திருக்கின்றன. நவீன படைப்பிற்குச் செல்பவர்கள், இவரை வாசித்தால்தான் கதை மோட்சத்திற்கு வழி கிடைக்கும்.

பிறப்பும் இறப்பும் ஒரே தேதி!

ஜெயகாந்தன்

வேலூர் இளையவனின், நந்தவனம் இலக்கிய குழுமத்தில்

'ஒரு மனிதன் ஒரு வீடு ஒரு உலகம் 'வாசிப்பு அனுபவம் கட்டுரை படித்தேன். பழகியவர்களின் நினைவுகளால் ஏற்படும் மாற்றம், மனச் சலனம்...எல்லோருக்கும் ஏற்படுகிற உணர்வாகும்.இப்படி எல்லாமுமாக சேர்ந்து நம் மனதை கூழ்ம நிலைக்குக் கொண்டு வந்து சேர்க்கிறது (கரைதல் நிலையைச் சொல்லுகிறேன்). என் வாலிப வயதில், வேலூரில் ஓவியம் பயின்று கொண்டிருக்கின்ற காலத்தில் , கே. பாலச்சந்தரின் சினிமா படம் பார்த்துவிட்டு, அதிலே வரும் நாயகன், ஜெயகாந்தனுடைய 'சில நேரங்களில் சில மனிதர்கள் 'புத்தகத்தை கையில் வைத்திருந்தார்.அதைப் பார்த்துவிட்டு பல கல்லூரி மாணவர்கள் கையில் சில நேரங்களில் சில மனிதர்கள் புத்தகத்தோடு அலைந்தார்கள். அப்படித்தான் எனக்கும் ஜேகே வின் புத்தக ஆர்வம் ஏற்பட்டது. வாசிப்பு அனுபவம் ஏற்படக் காரணமாக இருந்தது. அவரைப்போல் ஹிப்பிஸ்டைலில் முடி வளர்த்துக் கொள்வது, பெல்பாட்டம் பேண்ட் அணிந்துகொள்வதுசில ஆடை அலங்காரத் தொற்றல்களும் ஏற்பட்டது .. மனதில் அழகின் பிம்பங்கள் உலா வர ஆரம்பித்தன.

பிறகு திருவண்ணாமலை வந்து , செட்டில் ஆன பின்பு , இருபத்தைந்து ஆண்டுகளுக்கு முன்பு...தமிழ்நாடு முற்போக்கு எழுத்தாளர் சங்க நண்பர்களோடு

பவா செல்லதுரைமற்றும் சில தோழர்களுடன் அவரை முதன்முதலாக நேரில் பார்க்க செல்கிறோம். ஏற்கனவே நாங்கள் வருவதைக் குறித்து , மாதவராஜ் அறிமுகம் செய்து உள்ளார். அப்போது ஜெயகாந்தன் அவர்கள் கேகே நகரில் உள்ள அவரது பழைய வீடான மாடி வீட்டின் மேல் , ஒரு கூரை போட்டு அதில் இலக்கிய நண்பர்களை சந்தித்து வந்தார்.

நாங்கள் செல்லும் பொழுது ஒரு லுங்கி கட்டிக்கொண்டு , மேல் சட்டை கூட அணியாமல் தன் பேரக் குழந்தையை கையில் தூக்கி வைத்துக்கொண்டு... சிரித்த முகத்துடன் கொஞ்சி விளையாடிக் கொண்டிருந்தார். அப்போது அவரோடு கவிஞர் பரிணாமன் இருந்தார். எப்போதும் இலக்கியவாதிகள் பேசும்போது உரையாடலில் முன் நிற்பவன் பவா.! சற்றேறக்குறைய அவர்களின் நூல்கள் சிலவற்றை வாசித்த அனுபவம் பவாவிற்கு உண்டு! அதன் அடிப்படையில் பேச்சும் தொடர்ந்தது. பின்பு எங்களின் அறிமுக உரையாடல்களுக்கு பின்... பாடகர் சுகந்தனின் இலைகள் அழுத ஒரு மழை இரவு... எலும்பும் உறங்கிவிடும் பனிப் பொழுது

என்கிற நவகவி எழுதிய பாடலைக் கேட்டு,எல்லோரும்மௌனமானோம்.

இப்படித்தான் முதன்முதலாய் திருவண்ணாமலை கிளைக்கு, எழுத்தாளர் ஜெயகாந்தன் அறிமுகமானார் நண்பரானார். ஏற்கனவே அவர் மீது எங்களுக்கு திணிக்கப் பட்டிருந்த பயம் கட்டுடைந்தது. பின் அவரே திருவண்ணாமலையை பற்றி நிறைய விசாரித்தது எங்களுக்கு மாம்பழமும் அரிந்து கொடுத்து வழியனுப்பி வைத்தார். அடிக்கடி

திருவண்ணாமலை எல்லா நிகழ்வுகளுக்கும் வந்தார். முற்றம், எஸ்கேபி கல்லூரி விழா, டேனிஷ் மிஷன் வளாகத்தில் நடைபெற்ற இலக்கியக் கூட்டங்கள் என எல்லா இடங்களையும் நட்பு கலந்த இலக்கியக் கூட்டங்களாக அவதானித்தார். அந்தக் காலங்களில் அவரின் பல நூல்களை வாசித்த அனுபவம் எனக்கு உண்டு. பாரிசுக்கு போ, சினிமாவுக்கு போன சித்தாளு, உன்னைப்போல் ஒருவன் என வாசிப்புப் பட்டியலும் நீண்டது.

மேடைகளில் ஜெயகாந்தன் பேசும் பேச்சுக்களை விட., அவரோடு இரவுகளைக் கழிக்கும் பொழுது அவை மிக அழகானஇலக்கிய நகர்வுகளாக அமையும். அவர் அறைகளில் நடக்கும் பேச்சின் சுவை மிகவும் அலாதியானது. அவரின் நெருங்கிய நட்பு வட்டாரத்தில் ஒருவனாக நானும் பலமுறை கலந்து கொண்ட அனுபவங்கள் உண்டு. எல்லோருமே சம உரிமை எடுத்துக் கொள்ளும் அந்த சபையில், எல்லோருடைய பேச்சுக்குப் பின்பும், ஜெயகாந்தனே தீர்வுபதிலையும் அளிப்பார்! மேடையில் பேச முடியாத பல கேள்விகளுக்கான பதில் சபையில் கிடைத்துவிடும். நடிகர் சந்திரபாபுவுக்கும், அவருக்கும் ஏற்பட்ட நட்பை சுவைபட எடுத்துரைப்பார்.அரசியல் விமர்சனங்கள், முக்கிய தலைவர்களைப் பற்றிய செய்திகள் என விடியற்காலை 3 மணி வரை சபைகளைத் தட்டும். அவருக்கு திருப்பத்தூரிலிருந்து குப்புசாமி என்கின்ற நண்பர் மிக நெருங்கிய வராக இருந்தார்.எப்பொழுது சபைக்கு வந்தாலும் குப்புசாமி வந்துவிட்டாரா எனக் கேட்டறிந்து கொள்வார். அவருடைய நட்பு பிசிராந்தையாருக்கும், கோப்பெரும் சோழனுக்கும் ஆன நட்பு போன்றது. ஏறக்குறைய திருவண்ணாமலை இலக்கிய நண்பர்கள் அவரின் நட்பு வட்டத்திற்குள் இருந்தவர்களே! எனக்குத் தெரிந்து, பேச்சையும் எழுத்தையும், தீர்க்கமாக முடிவு எடுத்து எழுதவும் பேசவும் அறிந்த மனிதர் ஜெயகாந்தன் என்பதை பெருமையோடு கூறிக் கொள்வேன்.!

பிரபஞ்சன்

கண்களின் வழியே வழிந்தோடும், அன்பில் கலந்திருக்கும் இவரது வாய்வழிப் புன்னகை. எப்போதும் தன்னைத்தானே நம்புகிற முதிர் இளமையுடன் கூடிய உடல்மொழி; அறம்சார்ந்த கருத்துக்களால் எல்லோரையும் ஈர்க்கும் வசீகரம்; பகைமை பாராட்டாத மானிட மேன்மையின் நட்பு; இறக்கும் தருவாயிலும் கூட தன்னம்பிக்கையின் மீது நம்பிக்கை. இவர்தான் பிரபஞ்சன்

பாண்டிச்சேரி அரசு சார்பாக ஓவியம் வரைய, கருப்பு கருணா தொடர்பால் பிரபஞ்சன் அறிமுகமானார்.

காலம் கனிந்த நட்பை பறித்து தந்தது.

இலக்கிய இரவுகள் முற்றம் இலக்கியக் கூட்டங்கள், தமுஎகச தோழர்கள், மற்ற

இலக்கிய நண்பர்கள் அரசு ஊழியர்கள்

என பழகி, சென்னை, பாண்டிச்சேரிக்குப்பின் திருவண்ணாமலை மூன்றாவது நகரமானது. எழுத்துக்களைக் கடந்த உறவாகி போனார்.

பாரம்பரியமான வசதி குடும்பத்தில், பிறந்த அவரது அப்பா, வாழ்க்கைச் சக்கரசுழற்சியில், வசதியற்றுப் போனார். அவரது எல்லா கள்ளுக் கடைகளும் மூடப்பட்டது. பிரபஞ்சனின் இயற்பெயர் சாரங்கபாணி வைத்தியலிங்கம். ஆனாலும் அவரது அப்பா வைத்தியநாதன் என்று அழைப்பார். பள்ளி படிக்கிற காலங்களில், கையெழுத்துப் பிரதித் தொகுப்புகளில், 'புதுகை பொன்னி துறைவன் 'என்ற பெயரில் கவிதை எழுதி வந்தார்.

மைலம் தமிழ் கல்லூரி, தஞ்சை கரந்தை தமிழ்ச் சங்கத்தில் புலவர் படிப்பு சங்கீதம் மிருதங்கம், இசையென பருவத்தைப் பதியம் போட்டார். இலக்கியம் சார்ந்த நண்பர்களோடு. நட்பின் அஸ்திவாரத்தை பலப்படுத்திக் கொண்டார். இலக்கியன் என்ற பெயரிலும் கவிதை எழுத ஆரம்பித்தார். சிறிது காலம் பள்ளி ஒன்றில், தமிழ் ஆசானாக பணியாற்றினார். எப்போதும் கலைஞர்களுக்கு கைகட்டி சேவகம் பார்க்கும் வேலை பிடிக்காது என்று எத்தனை பேருக்கு தெரியும் ? காற்றுக்கு எதற்கு வேலி ? பிரபஞ்சனும் வேலியைக் கடந்தார் !

மனைவியின் கழுத்தில் இருந்த நகைகளை விற்று பாரதி அச்சகம் ஆரம்பித்தார். பின்னொரு நாளில் நஷ்டத்தால் அச்சகம் மூடப்பட்டது. பாரதியைப் போல் வறுமையும் இவரை தன் கைப்பிடிக்குள் தக்க வைத்துக் கொண்டது. குழந்தைகளுக்கு நல்ல தகப்பனாகவும், மனைவிக்கு நல்ல புருஷனாகவும் இல்லையே என்கிற ஆதங்கம் எப்போதும் உண்டு. இவரது மனைவி, நல்ல மனைவியாகவும் நல்ல அம்மாவாகவும் இருந்து குடும்பத்தைக் காப்பாற்றினார் எனச் சொல்லுவார்.

தாமரையில் வைத்தியலிங்கம் என்ற பெயரில் எழுதினார்.

கோவையிலிருந்து வானம்பாடி பத்திரிக்கை வந்தபோது பலர் தங்கள் பெயர்களை மாற்றிக் கொண்டனர். அப்போது இவரும் தன் பெயரை பிரபஞ்சன் என மாற்றிக் கொண்டார். நண்பர்கள் ஒருவரை ஒருவர் சார்ந்து வாழ கற்றுக் கொண்டார்கள். பொது பொருளாதாரக் கொள்கை ஏற்படுத்தி செலவுகளை மேற்கொண்டார்கள். அந்தக் கொள்கையை கடைசிவரை அவர் மட்டும் கடைபிடித்தார் என்பது எனக்கு தெரியும். பணத்தை எல்லோருக்குமானது தான் எனச் சொல்லுவார்.

எழுத்தை ஜீவனோடு சேர்த்துக்கொண்டது ‘இமாலயப் பிழை என்பார். ஆனாலும் நல்ல விஷயங்களை எழுதுகிற கௌரவமான பெயர் எடுப்பதை பெருமிதம் கொள்வார். இவரது முதல் சிறுகதைத் தொகுப்பு ‘ஒரு ஊரில் இரண்டு மனிதர்கள் ‘தமிழக அரசின் விருது , பரிசு தொடர்ந்து இலக்கிய சிந்தனை விருது. வானம் வசப்படும் நாவலுக்கு சாகத்திய அகாடமி விருது , பாரதிய பாஷா விருது , புதுவை மாநில விருதுகளை அள்ளிக் குவித்துள்ளது. சினிமா நடவடிக்கைகளில் தன்னை ஈடுபடுத்திக் கொண்டு காலப்போக்கில் அதன் கவர்ச்சி மாயையை விட்டு அகன்றார். நல்ல புத்தகங்களில் தன்னைக் கரைத்துக் கொண்டார்.

36 ஆண்டுகளாக சென்னைவாழ் இடமாகவும், அடிக்கடி பாண்டிச்சேரிக்கு சென்று வருபவர் ஆகவும் இருந்தார் ! சென்னையில் இவர் வசிக்காத பேட்டைகள் கிடையாது. தங்காத மேன்ஷன்களும் கிடையாது. முழுநேர எழுத்துப் பணியே ஜீவன் ஆகிப்போனது .மனிதப்பிறவியின் ஆகச்சிறந்த நோக்கம் பெரியவன் ஆவது அல்ல மாறாக. ‘அழுக்கு அற்றவன் ஆவதுதான் ‘என்பார். எழுத்துக்குத் தொண்டு செய்வது என்பதுஅதை எழுதாமலும் இருக்கலாம். நீண்டநாள் எழுதாமல் இருந்து எழுதினால் இவ்வளவு நாள் மனதில் எழுதிக்கொண்டிருந்தார் என்றும் கூறுவார்.

பெண்களுக்கான பெண் மொழியினை உருவாக்கியதில் 70 களுக்குப் பிறகு குட்டி ரேவதி, சுகிர்தராணி, மாலதி மைத்ரி, லீனா மணிமேகலை போன்றவர்களின் பங்களிப்பு மிக முக்கியம் என ஒரு பேட்டியில் கூறியுள்ளார்.

எப்போதும் மிடுக்கான உடை அணிவார். சினேகிதர்கள் போன்றே நிறைய சினேகிதிகளும் உண்டு. நட்பு வட்டாரங்கள்தான் தன்னை இயக்குவதாக கூறுவார். ஆத்மாநாம் இவரது நண்பரான பிறகு கவிதை எது என்று உணர்ந்து கவிதை எழுதுவதை நிறுத்திக் கொண்டார். சிறுகதைகள் மீது கவனம் கொண்டார்.

அறம் சார்ந்த புதிய நம்பிக்கைகளை விதைக்க வேண்டும். எவ்வளவுதான் பிரச்சனைகள் இருந்தாலும் இன்றுவரை ஒரு பூ மலர தானே செய்கிறது. இறுதியில் அறம் வெல்லும் என்பார். ஆனாலும் இன்று பிரபஞ்சன் நம்மோடு இல்லை. வாழ்க்கை செடியில் மலர்ந்த பூ ஒன்று சருகாகி போன நினைவுநாள் 21.12.19 ஓராண்டாகிறது. பாண்டிச்சேரி அரசு சகல அரசு மரியாதைகளுடன் ஒரு எழுத்தாளனை சவ ஊர்வலத்தில் கௌரவப்படுத்தியது. இன்று நம்மோடு பிரபஞ்சன் இல்லை எனினும், நல்ல புத்தகங்களை, நல்ல எழுத்துக்களை நம் முன் வைத்திருக்கிறார் என்று நினைவு கொள்வோம்.

இது கருப்பு பேனாவால் வரைந்த புள்ளி ஓவியம்

2020

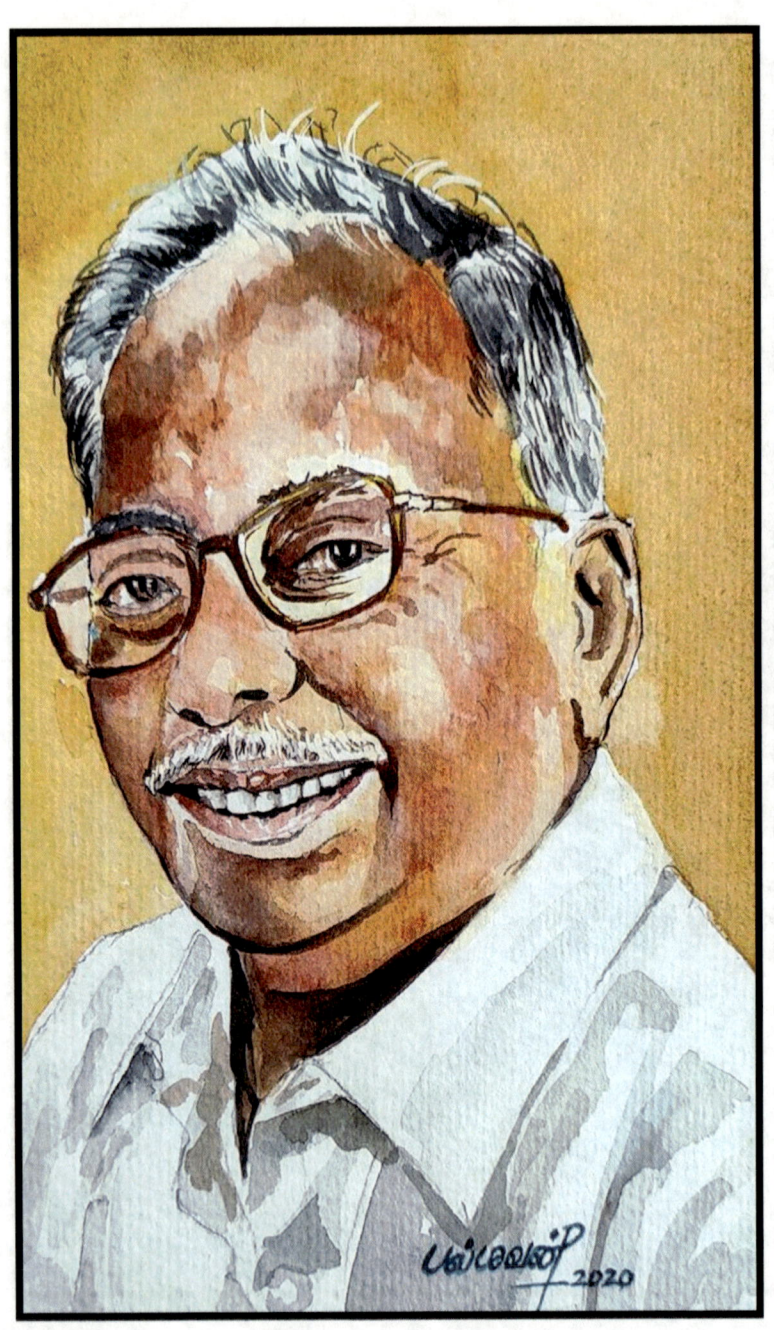

மேலாண்மை பொன்னுச்சாமி

வறுமையின் காரணமாக ஐந்தாம் வகுப்பு வரை படித்திருந்தாலும், கதை உலகை காமராஜரைப் போல் ஆட்சி செய்தவர். எளிமையான எழுத்தையும், எளிமையான மனிதர்களையும், தன் அன்றாட வாழ்வில் கண்ட அவலங்களையும், மக்கள் மனங்களில் தக்க வைத்துக் கொள்ளும் கதைகளை உருவாக்கியவர். சிறுவயதில் பல கஷ்டங்களை அனுபவித்து மளிகைக் கடையை நடத்தி வந்தவர். எஸ். ஏ. பி. போன்றவர்களோடு பழகி நூல் வாசிப்பு அனுபவங்களைப் பெற்றவர். இடதுசாரி சிந்தனையும், உழைக்கும் மக்களைப் பற்றியுமான சிறுகதைகள் எழுதியுள்ளார்.

நான் முதல் முதலில் அவரது சிறுகதைத் தொகுப்பான சிபிகள் படித்துள்ளேன். முற்போக்கு எழுத்தாளர் சங்கம் நடத்துகிற பெரும்பாலான நிகழ்வுகளில் மேலாண்மை பொன்னுசாமி யோடு கலந்து கொண்டு இருக்கிறேன். கந்தர்வனை போல எங்களோடு இடைவெளியில்லாமல் பழகியவர் மேலாண்மை பொன்னுச்சாமி. எப்போதெல்லாம் திருவண்ணாமலை வருகிறாரோ அப்போதெல்லாம் என் ஓவியக் கூடத்தை

தவறுவதே இல்லை. எளிமையான அன்பில் புன்னகை தவழும் அன்பு மனிதர். எங்கள் டேனிஷ் மிஷன் பள்ளி ஆசிரியர்கள் அவர் சிறு கதைகளைப் படித்து... அவரைப் பற்றி அடிக்கடி விசாரிப்பார்கள்.

நிறைய சிறுகதைத் தொகுப்புகள், நாவல்கள், குறுநாவல்கள், கட்டுரைகள் என எழுத்துத் துறையில் தடம் பதித்து உள்ளார். விகடன், கல்கி செம்மலர் போன்ற பத்திரிகைகளிலும் எழுதி மக்களால் பேசப்பட்டவர். தமிழ்நாடு முற்போக்கு எழுத்தாளர் சங்கத்தின் பொதுச் செயலாளராகவும் இருந்திருக்கிறார். தபால் கார்டுகள் எழுதி அன்பை விசாரித்து நட்பை புதுப்பித்துக் கொள்பவர். நான் பழகிய எழுத்துத் துறையைச் சார்ந்த மனிதர்களில் மிகவும் வெள்ளத் தியான மனிதர். உண்மையான தோழமைத் தன்மை கொண்டவர்.

இவருடைய சிபிகள் என்ற தொகுப்பு மதுரை காமராசர் பல்கலைக்கழகத்தில், பாடநூலாக இடம் பெற்றது. பலர் இவரது படைப்புகளை ஆய்வு செய்து பட்டம் பெற்று உள்ளனர் என்பது இவருக்கு சிறப்பு. சிபிகள், பூக்காத மாலை, மானுடப் பிரவாகம், மானாவாரி பூ, ராசாத்தி என 22 சிறுகதைத் தொகுப்புகள் வந்துள்ளது. மின்சாரப்பூ என்கிற சிறுகதைத் தொகுப்பிற்கு சாகித்ய அகாடமி பரிசு பெற்றுள்ளார். பல பரிசுகள் பெற்றிருந்தாலும், தலைக்குப் பின்னால் ஒளிவட்டம் வைத்துக் கொள்ளாதவர்!

சுந்தர ராமசாமி

ராருவர் தன் உள்ளொளியை காண எழுத்தையோ, கலைகளையோ அல்லது தத்துவத்தையோ கையாள்

கிறானோ அவர்கள் எல்லாம் நம்மை சார்ந்தவர்கள். அவர்களை நம் மொழிக்கும் சேர்த்து அவர்களையும் நமது உறுப்பாக்கிக் கொள்ள வேண்டும்.

மாய காம உறுப்புகளை மாட்டிக்கொண்டு தமிழில் எழுதுகிற அற்ப எழுத்துக்கள்

நமது ஆகிவிடுமா? சீதபேதியில்

தமிழ் சீதபேதி என உண்டா? என ஜேஜே

சில குறிப்புகளில் எழுப்பிய கேள்விகளைப் படித்துக் குழம்பித் தெளிந்தேன். சிந்திக்கும்

மனிதனுக்கு உண்மை என்ற பாஷையைத் தவிர வேறு பாஷை இல்லை.

அதைத்தான் ஜே ஜே வும் தேடினான் .

முதன் முதலாய் மாணவப் பருவத்தில் இருந்த பவா ஜே. ஜே. சில குறிப்புகள் புத்தகத்தை கொடுத்தான். அப்போது எனது ஓவியக் கூடம் கர்மேல் சர்ச்சுக்குப் பக்கத்தில் இருந்தது. எனக்கு அதைப் படிக்க ஒரு வார காலம் தேவைப்பட்டது. அதை எழுதின எழுத்தாளர்களைப் பற்றிய தகவல்களை 90% சதவிகிதம் முன்கூட்டியே சொல்லிவிடுவான் பவா. அப்படித்தான் சுந்தர ராமசாமியும் பழகிய வடிவங்களுள் ஒன்றாக மன விசாலத்தில் புகுந்துகொண்டார் .அந்தப் புத்தகத்தைப் படித்து பல இரவுகள் ஜேஜேவைப்பற்றின அறிவின் தாக்கம்

மூளைக்குள் செயல்படவும் தொடங்கின.

சுந்தர ராமசாமியின் இலக்கிய வெளிப்பாடுகள், எழுத்துலக வாழ்வில் சிந்தனை சக்தி , முயற்சிகள் என

வியப்பூட்டி வந்தன.செல்போன் கண்டுபிடிக்காத காலத்தில் கடித தொடர்பு மட்டுமே இருந்தது. அன்றைய தினத்தில் எழுத்தாளர்களின் எழுத்தின் மீது கடித காதலனாக இருந்தவன் பவா !

எந்த எழுத்தாளர்கள் கடிதம் வந்தாலும் அந்தக் கடிதத்தை என்னிடம் காட்டத் தவறுவதில்லை. அப்படித்தான் சுந்தரராமசாமியின் கடிதமும் .....

அவர் திருவண்ணாமலையைப் பற்றி தெரிந்து கொள்ள ...இது கிராமமா ...

நகரமா என் அறிய உங்கள் ஊரில் பெண்கள் சைக்கிள் ஓட்டுகிறார்கள் என கேள்வி கேட்டிருந்தார். முதலில் நான் இலக்கிய நண்பர்களைப் போல தீவிர

வாசகன் இல்லை 40 ஆண்டுகால இலக்கிய நண்பர்களின் பழக்கத்தால்

இலக்கிய நூல்களின் மீது இடறி விழுந்து இருக்கிறேன் அவ்வளவே !

அவைகள் இன்றுவரை என்னை மனிதனாக பாதுகாத்து தக்கவைத்துக் கொள்கிறது.

ஓவியம் என்னை கரைத்துக் கொள்ள உதவுகிறது. சுந்தரராமசாமியின் ஜே ஜே சில குறிப்புகள். புளியமரத்தின் கதை.

குழந்தைகள் பெண்கள் ஆண்கள் நாவல்

107 கவிதைகள் எனபடித்திருக்கிறேன்.

பல ஆண்டுகள் கழித்துதிருவண்ணா

மலை முற்றம் நிகழ்வில் சுந்தர ராமசாமி

கலந்து கொண்டார். ரம்மியமான இரவு மின்விளக்கு ஒளி! இயற்கை தந்த., தொந்தரவு இல்லாத அழகிய மழை அவரின் பேச்சுக்கு இடையே மெல்லிய

பின்னணி இசை போன்று மழையின் இசை அவரின் சொற்பொழிவுக்கு மெருகூட்டியது. அந்த சிறப்பான பேச்சில் டேனிஷ் மிஷன் வளாகமும் கரைந்து போனது.

நட்பை, உறவுகளை, தோழமையை, மெய்மையை ஸ்பரிசிக்க தெரிந்த மனிதர்களுக்கு படைப்பு கூட எளிமையாக ஜீவன் உள்ளதாக வருகிறது. மனித அன்புப் பிடிகளில் பூத்து

எழுதுக்களை தனதாக்கிக் கொள்ளுகிறார்கள். காலத்தோடு கனிந்து, ஊற்றுக் கண்களில் சுரந்தவைகளை நமக்கு நாவலாக சிறுகதைகளாக... கவிதைகளாக கலை வடிவங்களாக விட்டுச் செல்கிறார்கள். இவர்களை வரைவதன் மூலமாகவும், இவர்களைப்ப ற்றி எழுதுவதன் மூலமாகவும் எனக்குள் ஒரு சிலிர்ப்பு ஏற்படுகிறது. கலைகளின் மூலம் கரைந்து போவதும் எனக்கு மகிழ்ச்சியே !

பல்லவன்
11-11-2020

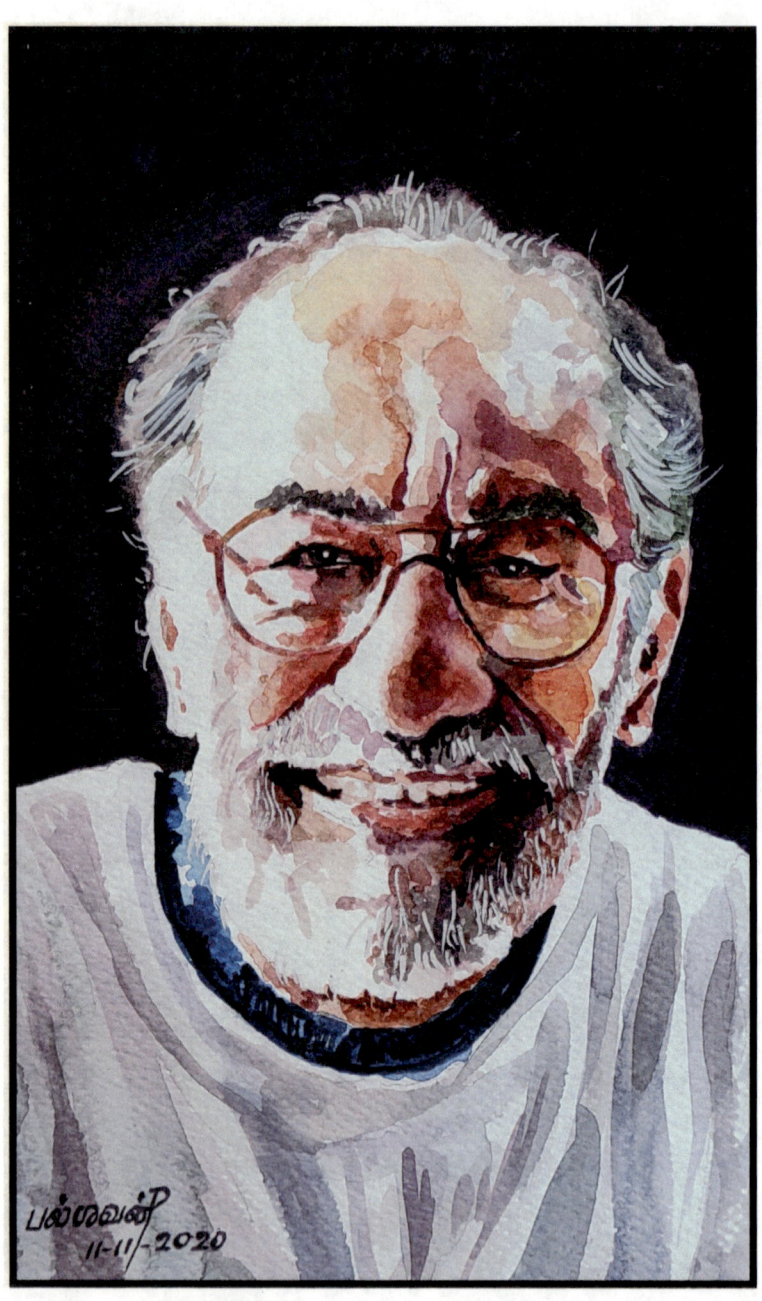

ஜி.நாகராஜன்

'சமூகக் கட்டுப்பாடுகளற்ற மனமே கலைஞனுடையது. மனிதனின் இயல்புணர்வு இயற்கையைப் போன்று ஏற்றதாழ்வுகளைக் கொண்டது. பாலியல் கட்டுப்பாடுகள் வாழ்வின் சிறகுகளைக் கத்தரிக்கும். சுதந்திர வேட்கையே கலையை உருவாக்கும். நெறிப்படுத்திய இலக்குகளை அடைவதல்ல கலையின் நோக்கம்' இவையே ஜி. நாகராஜனுடைய கலைக் கருதுகோள்கள்.

உபந்நியாச எழுத்தாளர்கள் ஏற்கனவே உள்ள ஒழுக்க விதிகளோடு மனக் கேமராவை 'ஆன்' செய்து அவர்கள் கோணத்திலிருந்து பதிவு செய்த முகங்களை, மனங்களை, உறவுகளைத் தேர்ந்தெடுப்பார்கள். இவர்கள் எழுத்துலகின் குமாஸ்தாக்கள்.

'மனப்பூச்சுகளின் சவ விகாரங்களை நிர்வாணத்தில் பார்ப்பதே கலை. உயிர்ப்பின் அழகுகளைக் காண்பதே மனம்' என்பார். விளிம்புநிலை மனிதர்களோடு பழகி, அவர்கள் வாழ்க்கையிலும் கலந்து தனது படைப்புலகை வடிவமைத்துக் கொண்டார். லட்சியவாதி என்ற பெயரால்

தனிமனிதக் குரல்வளை திருகப் படுவது பிடிக்காமல் போனது. ஜி. நாகராஜனுடைய பிரதானமான படைப்பு ‘நாளை மற்றுமொரு நாளே’. இவரது படைப்புகள், ஒழுக்க நியதிகள் சார்ந்த பதற்றங்கள் அற்றவை.

குறுநாவல்கள், 33 சிறுகதைகள், நிமிஷக்கதைகள், விமர்சனப் பார்வைகள், கட்டுரைகள், உரைநடை என பல வடிங்களிலும் எழுதியுள்ளார். முதல் புத்தகம் குறத்தி முடுக்கு. இவர் வாழ்ந்த காலத்திற்குப்பின்னும் கால்நூற்றாண்டு கடந்தபின்னர்தான் இவரது படைப்புகள் பரவலான கவனம் பெற்றன. கலை குறித்தான வாழ்வு பற்றிய கருத்துகள், நம் பார்வையில் தீட்சண்யம் பெற அவை புதிதாய் மலர எத்தனிக்கும்.

ஜி. என். காரைக்குடி கல்லூரியில் டியூட்டர், சென்னை அக்கவுன்ட்ஸ் ஜெனரல் அலுவலகத்தில் வேலை, மதுரை அமெரிக்கன் கல்லூரியில் விரிவுரையாளர், கம்யூனிச இயக்கம், இலக்கியத் தொடர்பு என இருந்தார். பின் அனைத்துத் தொடர்புகளிலிருந்தும் விடுபட்டு, தன்னை விளிம்புநிலை மனிதர்களோடு இணைத்துக் கொண்டார் .

‘நெருப்பு சுடும்’ என்று அறிந்திருந்தும் தொட்டுப்பார்த்து தன்னை சுயபரிசோதனைக்கு உட்படுத்திக்கொண்டார். ‘நாம் விரும்பி இருந்தால் பெற்றிருக்கக்கூடிய நோய்கள், படடுக்கொண்டிருந்தால் அடைந்திருக்க வேண்டிய அவமானம்’ என்று தான் எழுதியவற்றை தன் வாழ்க்கையிலும் அனுபவித்திருக்கிறார். நம்மில் பலர் திரைமறைவில் வாழ்ந்து கொண்டுதான் இருக்கிறார்கள்.

1981 பிப்ரவரி 19-ல்விடியற்காலைவாட்டியகுளிர்நடுக்கம்,நோயின்துரத்தல், சிதை நெருப்பில் மரணம் என்ற போர்வையில் சாம்பல் பூத்துப் போனார்.

இவரைப்போல் எழுதலாம், வாழக்கூடாது என்பது காலம் நமக்குக் கற்றுத் தந்த பாடமாகும்.

விக்ரமாதித்யன்

விக்ரமாதித்யன்

கவிதை மட்டுமல்ல....

ஓவியம் கூட மாயம்தான்!

இது வரைவதால் காட்சிப் படுகிறது!

நல்ல கவிஞன் எப்படி மாயக் காரனோ

நல்ல ஓவியனும் நல்ல மாயக்காரன் தானே!

இவர் விக்ரமாதித்யன் அண்ணாச்சி! ஒரு சாதாரண வாசகனுக்கு தெரிய வாய்ப்பில்லை என்றாலும் எழுபதுகளில் உருவாகிய புத்திலக்கிய படைப்பாளி! வாழ்க்கையோடு கொஞ்சமும் சமரசம் செய்து கொள்ளாதவர். தான் ஏற்றுக்கொண்ட பணிகளை முரண்களால் உதறித் தள்ளியவர். எப்போதும் சுதந்திர ஆளுமை உள்ளவர். விடு படுகின்ற ஆசை ஓங்கி வளர்ந்ததால் ஒரு வெறி நிலைக்குத் தள்ளப்பட்டவர்!

குடும்பச்சூழல், நண்பர்கள் அறிவுரை, எதிர்கால பயம் இவரை மாற்ற முடியவில்லை. நிஜத்தின் வெப்பம் தாங்க முடியாத இவர் அலைகின்ற மனிதனாக மாற்றப்பட்டு இருக்கலாம்.

எனக்கு முதலில் அவர் எழுதிய ஆதி 'கவிதை தொகுப்பு படிக்க கிடைத்தது. அவரின் மனம் சார்ந்த தத்துவ வரிகள், முதிர்வு நிலையில்லாத வயதுகளில் அவ்வளவாகப் பிடிபடவில்லை. நான் சார்ந்து இருந்த நண்பர்கள் தோழர்கள் சமூக சீர்திருத்தம் கொண்ட கொள்கை கோட்பாடுகள் கவிதைகளையும், சிறுகதைகளையும் பிரித்துப்பார்க்க வைத்திருந்தது. அகம், புறம் சார்ந்த கவிதைகள் முற்போக்கு எழுத்தாளர் நண்பர்கள், தோழர்கள் மத்தியில் விமர்சனமாகவும் பேசப்படும். காலம் மெல்ல மெல்ல வாசிப்புத் தன்மையை விரிவாக்கம் செய்து கொண்டே போனது. இவரின் எழுத்து, சொல், பொருள் எனும் தொகுப்பை வாசிக்க நேர்ந்தது. தொடர்ந்து கவிதையும், கத்தரிக்காயும் என இவரின் வாசிப்பின் நூல்களால் பிரபஞ்ச ரகசியங்களை புரிந்து கொள்ள நேரிடுகிறது.

கனவு மனம் களவு போகாமல் பார்த்துக் கொள்ளுகிற எழுத்துக்காரர் இவர். அதை நினைவாற்றல் கொண்டு படைப்பவர்.

கவிதை எழுதிக்

கழியுமென்வாழ்வு

கவிதையில் தான்

முடியுமென் சாவு என்பவர்.

தேவாங்கு

உயிர்வாழும் முடி கயிறுக்காக.

தயிர்க்காரி

கரி பொட்டு வைக்கவா

வெள்ளைச் சுவர்.

நெஞ்சு படபடக்கிறது

நீர்வீழ்ச்சி யென்று

அருவியை

யாராவது சொல்லிவிட்டால் .

துறவிகளின் முக்கிய குணமான யாத்திரை மூலமாக ஆன்மீகத் தேடல் இவரின் ஆளுமையின் இன்னொரு முகம். மனிதர்களையும் நண்பர்களையும் உணர்வுப்பூர்வமாக மதிப்பவர் எனக் கேள்விப்பட்டிருக்கிறேன். இவரின் இயற்பெயர் நம்பிராஜன். கவிஞர், சிறுகதையாளர் , விமர்சகர் , பத்திரிக்கையாளர் , நடிகர் என பன்முகம் கொண்டவர் திருநெல்வேலியில் பிறந்து வளர்ந்தவர். அண்ணாச்சி என்ற பெயரோடு இலக்கிய உலகில் வாழ்பவர்.

2020

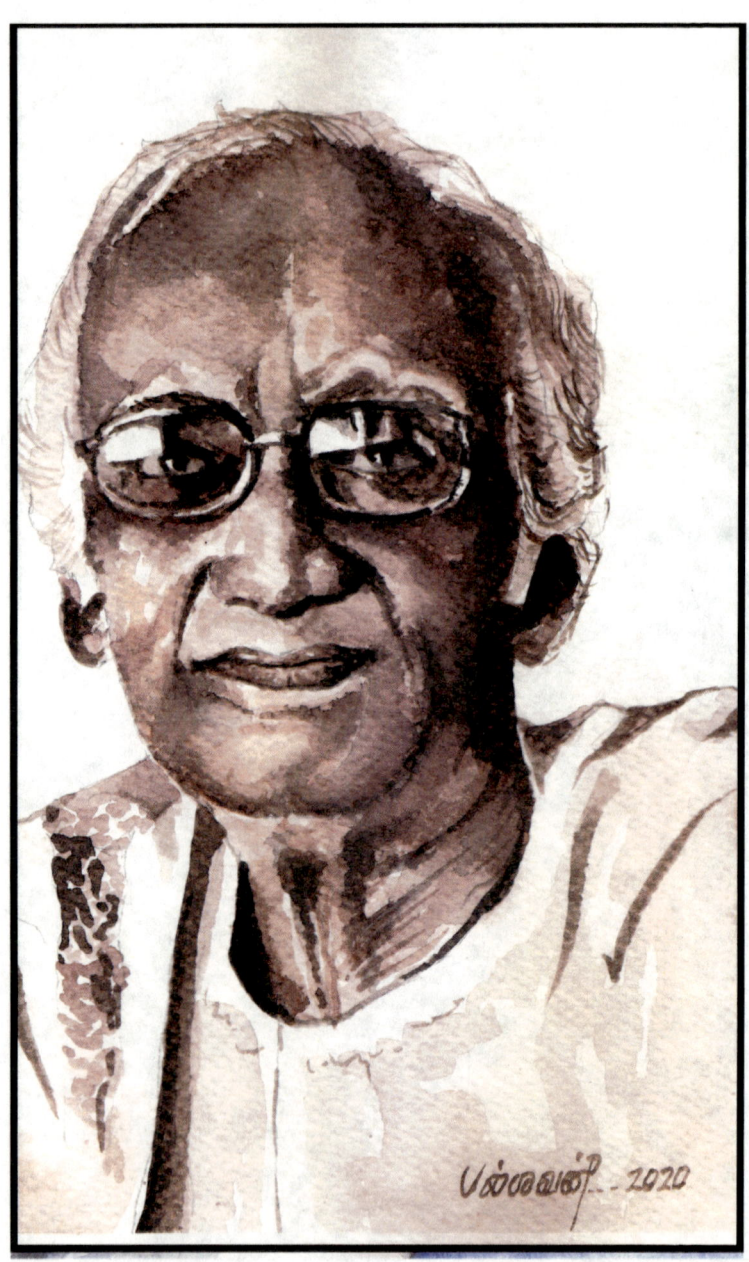

கி. ராஜநாராயணன்

கோவில்பட்டிக்கு அருகில் உள்ள இடைசெவல் கிராமத்தில் பிறந்த இவர் நாற்பது வயதுக்குப் பிறகு சிறுகதை, குறுநாவல், கிராமியக் கதைகள், கடிதங்கள், அகராதி, வரலாறு என எழுதிச் சாதனைகளைப் புரிந்தவர். 'நான் மழைக்காகத்தான் பள்ளிக்கூடம் ஒதுங்கினேன். அப்போதுகூட பள்ளிக்கூடத்தை பார்க்காமல் மழையையே பார்த்துக் கொண்டிருந்தேன்' என்று சொன்னவர். புதுவைப் பல்கலைக்கழகம் இவரை பேராசிரியர் ஆக்கி பெருமை கொண்டது.

உயர்மட்ட எழுத்து வகைகளை, வடிவங்களை, உள் மன உணர்வுகளைக் கருவாகக் கொண்டு கதை புனையும் புத்தக சந்தைகளில் தனக்கென ஒரு எதார்த்தவாத பாணியை ஏற்படுத்திக்கொண்டு தன்னைத் தயார்படுத்திக் கொண்டவர் கி.ரா. எனும் கி. ராஜநாராயணன். படிப்பின் கனத்தை தன் தலையில் சுமந்து திரிந்து வாசகர்களை மிரட்ட நினைக்கவில்லை. ஆனாலும் திறனாய்வாளர்கள் மத்தியில் இவரின் எழுத்துகள் சவால் நிறைந்தவையாகும். வாழ்க்கையை நுட்பமாகப்

பார்த்து, மூலைமுடுக்குகளில் ஒளிரும் அதன் கொள்ளை அழகை வெளிச்சம் போட்டுக் காட்டுபவர் கி.ரா. சிறுகதைத் துறையில் எத்தனையோ பரிசோதனை முறைகளை செய்து பார்த்தவர். தமிழ் மண்ணின் ஆன்மாவை மூச்சுத் திணறலிலிருந்து காப்பாற்றி ஆசுவாசம் கொள்ளச் செய்து தனக்கென தமிழ்ப் படைப்பிலக்கியத்தில் பெரும் பட்டாளத்தைச் சேர்த்துக் கொண்டவர். கரிசல் நிலங்களை உழுது பார்க்க அவரிடமிருந்து தெரிந்து கொள்ள வேண்டியவை ஏராளம். அந்நியத்தன்மையுடன் உலவிக் கொண்டிருந்த தமிழ் இலக்கியச் சூழலில் மண்மணத்துடன் வாழ்வியலை வெளிப்படுத்தியவர். இரவலற்ற சுய தன்மையை வெளிப்படுத்தியவர். தமிழிலக்கிய ஜாம்பவான்களுக்குப் பிடிபடாமல் போனதை உணர்வுகளால் குழைத்து வழங்கி வாசகனுக்கு படைப்பின் அழகை ஊட்டினார்.

தஞ்சை வட்டாரக் களத்தையும் மொழியையும் கொண்டு தி. ஜானகிராமனும், கோவை வட்டாரக் களத்தையும் மொழியையும் கொண்டு சண்முக சுந்தரமும், சென்னை வட்டாரக் களத்தையும் மொழியையும் கொண்டு புதுமைப்பித்தன், விந்தன் போன்றோர்களும் தங்கள் படைப்புகளைப் படைத்தனர்.

இக்காலகட்டத்தில்தான் நெல்லை மாவட்டக் கரிசல் பகுதிகளைக் களமாகக் கொண்டு கி. ராஜநாராயணன் எழுதத் தொடங்கினார். கரிசல் இலக்கியத்தில் இவரே முன்னவராகவும் முதன்மையானவராகவும் திகழ்கிறார். இவரின் முழுப்பெயர் கிருஷ்ண ராஜ நாராயண பெருமாள் ராமானுஜன் ஆகும்

விவசாயிகள் பிரச்சனை, மனிதாபிமானம், கரிசல் மக்களின் நம்பிக்கைகள், பழக்கங்கள், பாலுணர்வு, சாதாரண நிகழ்வுகள் என பலவற்றை மையமாகக் கொண்டவை இவரது படைப்புகள். மக்கள்

பேசுகிற மொழியின் தன்மையில் படைப்புகள் அமைய வேண்டும் என்பது இவரது நோக்கம்.

அனேகமாக 1997-ல் தமுஎச கிளை சார்பாக திருவண்ணாமலை தோழர்கள் முற்றம் நிகழ்ச்சிக்காக கி.ரா.வை அழைத்தனர். அன்று காலையிலேயே மனைவியோடு வந்திருந்தார். சாரோனில் பவா, சைலஜா வீட்டில் காலை உணவை முடித்துக் கொண்டார். அந்தக்காலத்தில் நண்பர்களின் வீடுகளில் உணவு கொடுப்பது வழக்கமாகவும் இருந்தது. அன்று மதியம் நான் புதிதாகக் கட்டி இருந்த என் வீட்டில் அவர்களுக்கு உணவு பரிமாறினேன். கருணா, குழந்தைவேலு, சாமிநாதன், ரேணுகோபால் என ஒற்றுமை படர்ந்து பழகிய காலங்கள் அவை. இன்று இரவு முற்றத்தில் பேசவேண்டும் என்று சொன்னபோது, உங்களோடு பகிர்ந்து கொள்ளுகிறேனே இதுவே முற்றம் என்றார். இன்னும் எனக்குச் சரியாக நினைவில் இல்லை அவர் முற்றம் மேடையில் கலந்து கொண்டாரா என்பதும், அன்று பகல் முழுவதும் எங்கள் வீடுகளில் பேசிக்கொண்டிருந்தாரே அதோடு முடிந்ததா என்பதும் கூட!

அ. முத்துலிங்கம்

நவீன தமிழ் இலக்கியத்தின் முக்கிய கொடை அ. முத்துலிங்கம். ஈழத் தமிழ் மண்ணின் பிறப்பு! அவர் கதைகளில் வெவ்வேறு தேச மனிதர்கள், கலாச்சாரங்கள், புனைவுகள் படிக்கக் கிடைக்கின்றன. தமிழ் வாசகனை அன்னியப்படுத்தாமல் நாம் அறிந்த, அறியப்படாமல் இருக்கிற உலகை அவர் செப்பனிடப்பட்ட சிறுகதைகளுக்குள் காட்டிச் செல்கிறார். எதார்த்தமான பார்வையில், கூர்மை கொண்ட வார்த்தைகளைப் படைத்து, நம்மைச் சிந்திக்க வைத்து ஆட்கொள்கிறார்.

என் புத்தக அலமாரியில், பல புத்தகங்களுக்கு இடையே ஐந்து ஆண்டுகளாக 'அக்கா' சிறுகதைத்தொகுப்பு, நவீன அட்டைப்படத்தோடு இருக்கிறது. அ. முத்துலிங்கம் என பார்த்ததுமே, நவீன எழுத்துக்கு மாறுபட்டவராக இருப்பாரோ என்ற அச்சத்தால் விரல்களால் புறக்கணித்து அடுத்த புத்தகத்தைப் புரட்டுவேன். ஒருவேளை நவீன பெயர் வரிசையில், அவர் பெயர் இல்லையே என்பதால்கூட எனக்கு அப்படித் தோன்றி இருக்கலாம். ஞானி, பிரபஞ்சன், கல்யாண்ஜி, வண்ணநிலவன், பாவண்ணன் என்கிற பெயர்களில் எனக்கு இருக்கிற ஈர்ப்புகூட அதற்குக்

காரணமாக இருக்கலாம். காரணம் ஆராய்ந்தால் மனம் கூட பொய் சொல்லக் கற்றுக் கொள்ளும்.

இந்த ஆண்டு சென்னை புத்தகக்காட்சிக்கு நண்பர்களோடு வாடகை காரை எடுத்துக்கொண்டு சென்றோம். வாசகர்களுக்கென திறந்தவெளி மைதானத்தில் சிறைச்சாலைகளை போல ஒரு டென்ட் அமைத்து, புத்தகத் திருவிழா என்கிறார்கள் உளவியல் அறியாதவர்கள். உணவுக்கான எந்த வசதியும் இல்லாமல் பிச்சைக்காரர்களைப் போல அலைய விடுகிறார்கள். காசு கொடுத்தும் எதுவும் திருப்தியாக சாப்பிட முடியவில்லை. சுகாதாரமற்ற கழிப்பிடங்கள். எழுநூறு அரங்குகள் காற்றோட்டம் இல்லாமல் வாசகர்களுக்கு இலவச மூச்சுத்திணறல் வசதி! பணம் செலவு செய்து புத்தகம் வாங்கும் வாசகர்களுக்கு இது ஒரு தண்டனைக்கூடம். சென்னையில் புத்தகத் திருவிழா என்ற பெயரில் ஆட்களை அழைக்கும் 'மைதானக் கூத்து'.

ஒரு ஸ்டாலில் புத்தகங்களை வாங்க,' இங்கே நிறுத்தக்கூடாது' என்ற சிறுகதைத் தொகுப்பை வாங்கிக்கொள்ளச் சொன்னார் கூடவந்த நண்பர். நான் முத்துலிங்கத்தை இதுவரை வாசிக்கவில்லை என்றேன். அதற்கு நண்பர், ''ஓவியர் சார், இவரின் எழுத்து நடை அழகாக இருக்கும். வாசிக்க ஆரம்பித்தால் முடித்து விட்டுத்தான் மறுவேலை பார்ப்பீர்கள்'' எனச் சொல்ல வாங்கிக் கொண்டு ஊர் வந்து சேர்ந்தோம்.

வந்தவுடனே அன்றிரவே 'இங்கேநிறுத்தக்கூடாது' சிறுகதைகளை வாசிக்க ஆரம்பித்தேன். செரி மரம், வந்துவிடு டுப்புடு, எக்கேலுவின் கதை என பன்னிரெண்டு கதைகளும் இரண்டு மொழிபெயர்ப்புக் கதைகளும் அபாரம்!

பிறகு 'அக்கா'வைப் படிக்கத்துவங்கி ஒரு வாரத்தில் முடித்து விட்டேன். பிறகு இவரது படைப்புகளாக பதினைந்து தொகுப்புகள் வெளி வந்திருக்கிறது என்பதையும் தெரிந்துகொண்டேன்.

வார்த்தைகளில் நகைச்சுவை தெறித்து விளையாடுகிறது. கஷ்டங்கள் துயரங்கள் நிறைந்த வாழ்வைக்கூட, தன் நகைச்சுவை பலம் கொண்டே நகர்த்திச் செல்கிறார். வசீகரிக்கும் சூழலும், கவித்துவம் நிறைந்த அனுபவ வரிகளும், வயதின் ஆளுமையும் கூடி வந்திருக்கிறது. இவரின் கதைகளோடு பயணிப்பவர்கள் அற்புதமான வாசிப்பு அனுபவத்தைப் பெற முடியும்.

ஒரு நேர்காணலில் இவரிடம், 'சொந்தமாக வாங்கிய முதல் புத்தகம் எது' என்று கேட்கப்பட, இவருக்கே உரிய நகைச்சுவையுடன், 'எங்கள் வீட்டில் இருந்தது பஞ்சாங்கம் மட்டுமே... எனக்கென சொந்தமாக எதுவும் இல்லை. பள்ளிப் பாடப்புத்தகங்கள் இருந்தன... அதுகூட என் அண்ணன்கள் படித்துக் கிழித்து மூலை எல்லாம் மடித்து கொடுக்கப்பட்ட ஒருவருடக் கடன்' என்கிறார்.

1937-ல் யாழ்ப்பாண நகருக்கு அருகிலுள்ள கொக்குவில் பிறந்தார். இருபது ஆண்டுகள் உலக வங்கி, ஐக்கிய நாடுகள் அவையில் முக்கிய பதவி. இப்பொழுது கனடாவில் வசித்து வருகிறார். இவர் கதையில் வருகிற அப்ஸரா இவரது மகளின் மகள் பெயர். இலங்கை தினகரன் இதழின் சிறுகதைப் போட்டியில் முதல் பரிசு பெற்றது இவரது 'அக்கா' கதை. கனடாவிலுள்ள தமிழ் இலக்கியத் தோட்டம் அறக்கட்டளை குழுவின் முக்கிய உறுப்பினர்.

இயற்கை விரும்பி, நல்லவனாக இருப்பான் என்று கதைகளில் வரும் இவரின் வரிகள் என்னை நேசிக்க வைக்கிறது. 'கற்பதை நிறுத்தும் பொழுது வாழ்வுக்கான அர்த்தமும் நின்று போகிறது. புதிய நாட்கள் நிற்காமல் வந்து கொண்டிருக்க, நாமும் தொடர்ந்து வாசிக்க வேண்டாமா?' என்கிற அ.முத்துலிங்கத்தை எல்லோருக்குமே பிடிக்கும். இனி பெயரில் என்ன இருக்கிறது. அழைப்பதற்குத்தானே பெயர்கள்! என்ன நண்பர்களே... வாசிப்பும் வாழ்வில் ஒரு அங்கம் தானே!

2020

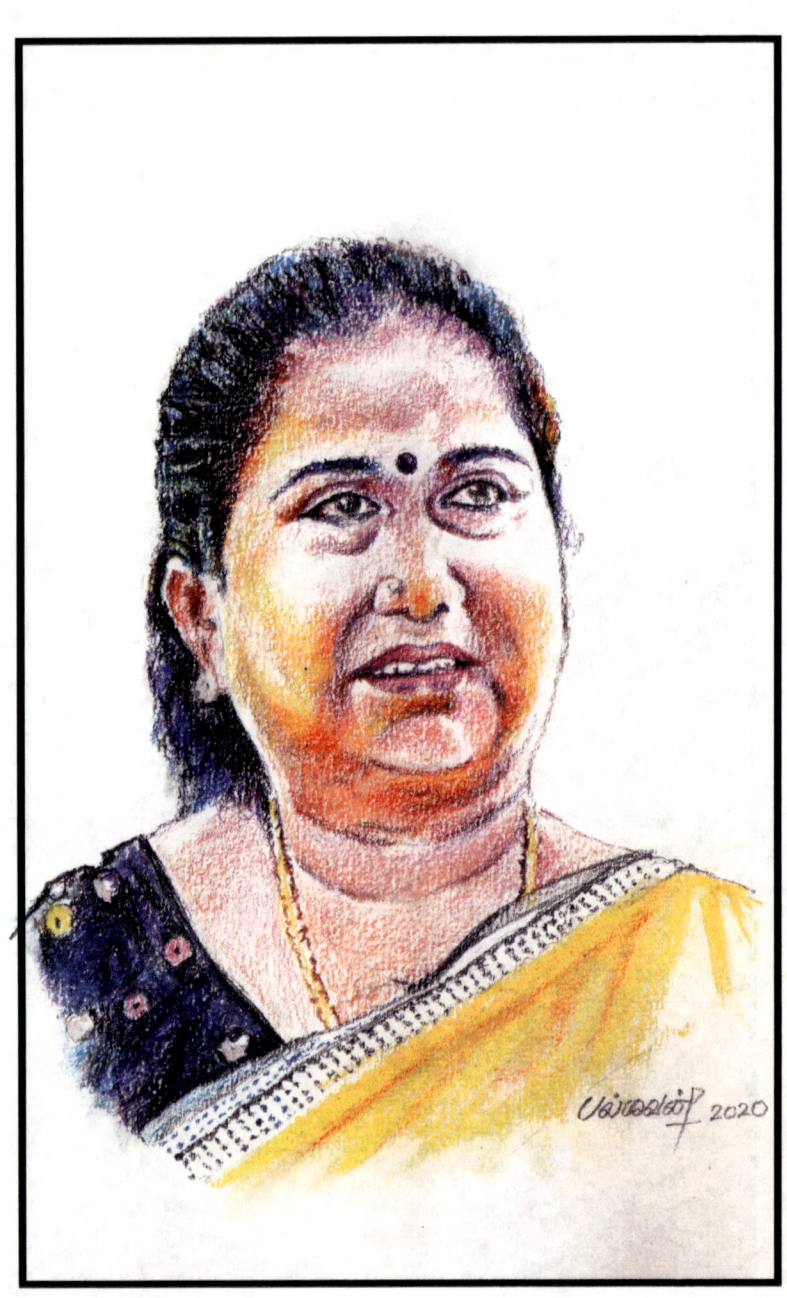

திலகவதி ஐ.பி.எஸ்

பெரியவர்களும் பாடமாகிறார்கள். சிலபோது அன்பு இருப்பவன் மேல் வெறுப்பு ஏற்பட்டால் வேரறுத்து கொள்வதில்லை. காய் விட்டு தள்ளி நிற்கிறார்கள். காலம் கனிந்துவர பழம் விட்டுக் கொள்கிறது நட்பு.

நானும் பவா செல்லத்துரையும் காரணம் சொல்லத் தெரியாமல், ஆனால் வேரறுத்து கொள்ளாமல் விலகி இருந்தோம்.

என் மகள் கல்யாணத்தை பவா சைலஜா இருவரையும் உறவுக்காரர் ஆக இணைத்து நடத்தச் சம்மதம் கேட்டேன். அவனுக்கு தம்பி ஸ்தானம். அப்படியே கருபபு கருணாவும் செல்வியும்... கண்கள் இரண்டானாலும் காட்சி ஒன்று தானே! மற்ற நண்பர்கள் உறவுகளாய்ப் பூத்தோம். அன்றிலிருந்து இன்றுவரை மனிதர்களை மீறிய கொள்கைகள் ஒத்து வருவதில்லை. முகம் இருப்பவனுக்கு முகமூடி எதற்கு?

மனிதனைக் காப்பாற்றாத இலக்கியம், இயக்கங்கள் யாருக்கானவை?

அனுபவக் கேள்வியாகத் தோன்றலாம். என்னைப் பொருத்தவரை மனிதம் மட்டுமே என் முதல் நிலை.

தத்துவத்தை விடுவோம்... மேட்டருக்கு வருவோம்.

கமர்சியலாக ஓவியம் வரைகின்றவனைச் சமூகப் பொறுப்புள்ளவனாக மாற்றியது இவர்களே! என் வீட்டு சுப நிகழ்ச்சிகளில் பெயரளவில் உறவுக்காரர்கள் இருந்தாலும் உறவென்று சொல்லிக் கொள்ளுவது இவர்களைத்தான். பெரும்பாலும் பவா என்னை விட்டு விலகுவதுமில்லை. அவன் என் ஓவியக்கூடத்தில் வாழ்நாள் உறுப்பினர். அவன்தான் முதல் முதலில் மகள் கல்யாணத்தில் யார் யாரை அழைக்க வேண்டும் என்று லிஸ்ட் போட்டான். அப்போது திருமணத்திற்கு தமிழகத்தின் முதல் பெண் ஐ.பி.எஸ். திலகவதி மேடம் அவர்களை அழைக்கலாம் என்று சொல்லி அவர்களின் இலக்கியத் திறனையும் எனக்கு விளக்கினான். எனக்கு உள்ளூரில் தொழில் சம்பந்தமாக டி.எஸ்.பி. அளவில்தான் பழக்கம். அவனும் கருப்புகருணாவும் ஞானி, எடிட்டர் லெனின், டைரக்டர் வி சேகர், தமிழறிஞர் சா.தா திருஞானம் ஆகியோர் பங்கேற்கும் வண்ணம் திருமணத்தை சிறப்பாக வடிவமைத்தார்கள்.

"ஓவியர் மேடத்திடம் பேசிவிட்டேன். நீ போய் நாளைக்கு பத்திரிகை கொடுத்து விட்டு அழைத்து விட்டு வா" என்றான் பவா. முதலில் எனக்குக் கொஞ்சம் தயக்கமும் பயமும் வந்தது. "ஓவியர் நீங்க நினைக்கிற மாதிரி போலீஸ் அதிகாரி இல்லை அவர்கள்; அவர் ஒரு இலக்கியவாதி" என ஆறுதல் சொல்லி சென்னைக்கு அனுப்பி வைத்தான்.

அப்போது கலைஞர் முதல்வராக இருந்தார். முதல்வர் சென்ட்ரல் ரயில் நிலையத்திலிருந்து தென் மாவட்டங்களுக்குச் செல்கிறார். அவரின் பாதுகாப்புக்காக மேடம், யூனிஃபார்மில் பல காவல் அதிகாரிகளோடு ஆலோசனையில் ஈடுபட்டுக் கொண்டிருக்கிறார். என்னைப் பார்த்து ஒரு காவல் அதிகாரியை அனுப்பி திருமணப் பத்திரிக்கையை வாங்கிக்கொண்டு அனுப்பி வைக்கிறார்.

இது என் முதல் அனுபவம்.

திருமணத்தை வந்து நடத்திக் கொடுத்துவிட்டு, பிறகு எங்கள் குடும்பங்களில் அவரும் ஒருவராகிப் போனார். காலப்போக்கில், பல்லவன் என்று உரிமையோடு பெயர் சொல்லி அழைக்கும் அளவுக்கு நெருக்கமானவரானார். என் நண்பர்களைப் போல சில நேரங்களில் ஓவியர் என்றும் அழைப்பார்.

மேடமோடு பழகிய காலங்களில் அவரது சிறுகதைகள் சிலவற்றை படித்திருக்கிறேன். காவல்துறையில் இருந்தபோது பார்த்த மக்களைக் குறித்து, தன் அனுபவங்களையும் சேர்த்து நிறைய எழுதியிருக்கிறார். சதுரம் புத்தகத்திலிருந்து ஒரு மொழிபெயர்ப்பு கதை படித்திருக்கிறேன்.

எங்கள் பள்ளியின் நூற்றாண்டு விழா புத்தகத்தில் ஒரு கதை வந்திருக்கிறது. அதைப் படித்திருக்கிறேன். கலை என்கின்ற கதையில் நலிந்த கலைஞர்களை பற்றி எழுதியுள்ளார். அவரது இரண்டு நாவல்களை வாங்கி வைத்திருக்கிறேன். இனிமேல்தான் அவற்றை வாசிக்க வேண்டும்.

இனி இருக்கின்ற காலங்களை ஓவியம் வரைந்தும் வாசித்துக் கொண்டும்தான் நகர்த்த வேண்டும். நூல்கள் எப்போதும் காயப்படுத்தாது என்பதை உணருகிறேன். அவை கட்டாயப்படுத்துவதுமில்லை. சுதந்திரக்காற்றை, சுயமரியாதையை வாரி வழங்குகிறது. அமைதித் தோணியாய் நம்மை அறிவின் ஆழ்கடலுக்கு அழைத்துச் செல்லுகிறது. இரவின் நிசப்தம், நிலவின் வெளிச்சம், மனதுக்கு இதமான தென்றல் காற்று, ஒரு புல்லாங்குழலின் பூர்வீக இசை... இவை எல்லாமும் புத்தகத்தில் மட்டுமே சாத்தியமே. நம் முன் கடல் பூதங்கள் தோன்றாமல் இருக்கும் வரை கலை நுட்பமானது. மனம் தெளிந்த நீராக இருக்கும் வரை யாரும் கல் எறியாமல் பார்த்துக் கொள்ளுங்கள். இலக்கியங்களும் பாதுகாப்பானதே.

சோ. தர்மன்

ஜனவரி மாதம் திருவண்ணாமலை ஆண்டாள் சிங்காரவேலு திருமண மண்டபத்தில், எழுத்தாளர் சோ. தர்மனுக்கு 'சாகித்ய அகடமி' விருது பெற்றமைக்காக பாராட்டுவிழா நடைபெற்றது.

அதற்கு முன் பதினேழு ஆண்டுகளுக்கு முன்பு அவரைப் பற்றிப் பேசும்போது கோணங்கி, எங்கள் ஊருக்குப் பக்கத்து ஊர்க்காரர் என்று சொன்னதாக ஞாபகம். அப்போதெல்லாம் எனக்கு எழுத்தாளர்களில் சிலரை நேரிலேயே தெரியும். பலரை செவிவழிச் செய்தியாக அறிந்து வைத்திருந்தேன். ஓவியத்துறையில் இருந்த விரல்கள், எழுத அனுமதி மறுத்த நேரம். வண்ணங்களில் தோய்ந்து, அதில் கண்கள் காதலாகி கசிந்த நாட்கள்... பிரபஞ்சன் சொல்லுகிற மாதிரி... அன்று நான் மனதில் எழுதிக்கொண்டிருந்தேன். நேரம் கிடைக்கிறபோது வாசகனாக இருந்த எனக்கு இப்போது குறைந்தது முப்பது நாற்பது பக்கங்களைப் புரட்டினால் தான் நிம்மதி! இரண்டு பக்கமாவது பேனா எடுத்து கிறுக்கினால்தான் சந்தோஷம்.

இப்போதெல்லாம் படம் வரைவது என்பது ஒன்றும் கஷ்டமாகப் படவில்லை. ஆனால் ஒருவரைப் பற்றி எழுத அவரை உள்வாங்க வேண்டியுள்ளது. சற்றேறக்குறைய கூடு விட்டு கூடு பாயும் நிலைதான். போலிப் பேச்சாளர்களைப் போலவும், எழுத்தாளர்களைப் போலவும் மேடைக்கு வந்து பெயர் தெரிந்துகொண்டு, சால்வை அணிவித்து போட்டோ எடுப்பது போல் பெருமைப்பட்டுக் கொள்ள என்னால் முடியாது. எழுத்து என்பதே வேறு என்பதை மனமார உணர்கிறேன்.

சோ. தர்மனைப் பற்றி எழுத வேண்டுமானால் அவரது நாவலையோ, சிறுகதைகளையோ படிக்காமல், வார்த்தை விளையாட்டுக்களால் நகர்த்தி விட முடியாது. அவரின் மனப் பிரவாக எழுத்துக்களில் நனைந்துருகி, அவர் சிரிக்கும்போது சிரித்து, சொலவடைகளில் அமிழ்ந்து எழவேண்டும்.

அவர் நாவலில் வருகிற வரதம்பட்டி, பிக்கிலிப்பட்டி, வள்ளிநாயகிபுரம், ராவுத்தன்பட்டி, நல்லருதன்பட்டிகளுக்குப் பயணப்பட வேண்டும். எந்தப் பனையில் கூடு நிறைய இருந்தா அது ஆம்பளப்பனை. அதை எப்படி வித்தியாசம் காண்பது என்று அறிய அவர் நாவலை கண்டிப்பாகப் படிக்க வேண்டும்.

சிறுகதைகள் என்று எடுத்துக் கொண்டாலும், அவரின் தொகுப்புகளிலிருந்து இரண்டொரு சிறுகதையாவது படிக்க வேண்டாமா?

தழும்பு, இரவின் மரணம், (அ)ஹிம்சை, நசுக்கம், வனக்குமாரன், சோகவனம் போன்ற கதைகளைப் படித்து தெளிந்து மறுபடியும் உருமாறித்தானே எழுத வேண்டும். பெயிண்டிங் பண்ணும்போது தவறு ஏற்பட்டுவிட்டால் நவீன பாணி என்று சொல்லி ஏமாற்றி விடலாம். ஆனால் வார்த்தைகள் அப்படியல்ல. நுட்பமான உள் உணர்வு சொற்களை கடத்திச் செல்லும் படைப்புமனம் அல்லவா அது.

அந்தப் பாராட்டுவிழாவில் இரண்டாயிரம் கல்லூரி மாணவ மாணவிகள் மத்தியில் எழுத்தாளர் தர்மன் ஆற்றிய எதார்த்தமான உரையுடன், மண், விதை, பருவகாலங்கள் ஆகியவற்றை ஒரு வேளாண் விஞ்ஞானிகூட உணர்த்த முடியாத விதத்தில் உணர்த்தினார். 'சூல்' நாவலில் நடவு தொடங்கிவிட்டால், நித்தமும் பொங்கலும் பூஜையும் தொடரும். வாழ்க்கை வெளியில் திரட்டப்பட்ட புனைவுகள் ஏராளமாக விரவிக்கிடக்கின்றன.

தான் வாழ்ந்த மண்ணை, மனிதர்களை அச்சு அசலாக எளிய வார்த்தைகளால் விவரித்து அரங்கை நெகிழ வைத்தார்.

அவரின் சொந்த ஊரான உருளைக்குடியில் இருந்து பஞ்சம் பிழைப்பதற்கான கோவில்பட்டிக்கு இடம் மாறிய குடும்பம்... அய்யா ராமர் வேஷம் கட்டிய சலங்கை மனதில் ஒலியெழுப்ப... அனுபவப் பகிர்வாக எழுதிய சிறுகதைகளை எழுத்துக்களில் நினைவு கூறுகிறார்.

இவரின் முன்னோடிகளான கி. ராஜநாராயணன், பா. செயப்பிரகாசம், பூமணி போன்றவர்களால் தாம் பாராட்டப்பட்டதை எண்ணி பெருமை கொள்கிறார்.

குழந்தைகள், மிருகங்கள், வனம், பறவைகள், பைத்தியங்கள், வேட்டைக்காரன், ஜாதிப் பிரச்சனைகள், மதப்பிரச்சனைகள் பற்றி எழுதும்போது மொழியின் போதாமையைப் புனைவுகள்தானே ஈடுகட்டும் என்கிறார்.

ஏராளமான பரிசுகள், பாராட்டுகள் பெற்ற இவர் கரிசல் மண்ணுக்குக் கிடைத்த வரம். எளிமையானவர். எல்லோராலும் அணுகக்கூடியவர். இவரை வரைந்து, எழுதி நானும் என்னைப் புதுப்பித்துக் கொள்கிறேன்.

2020

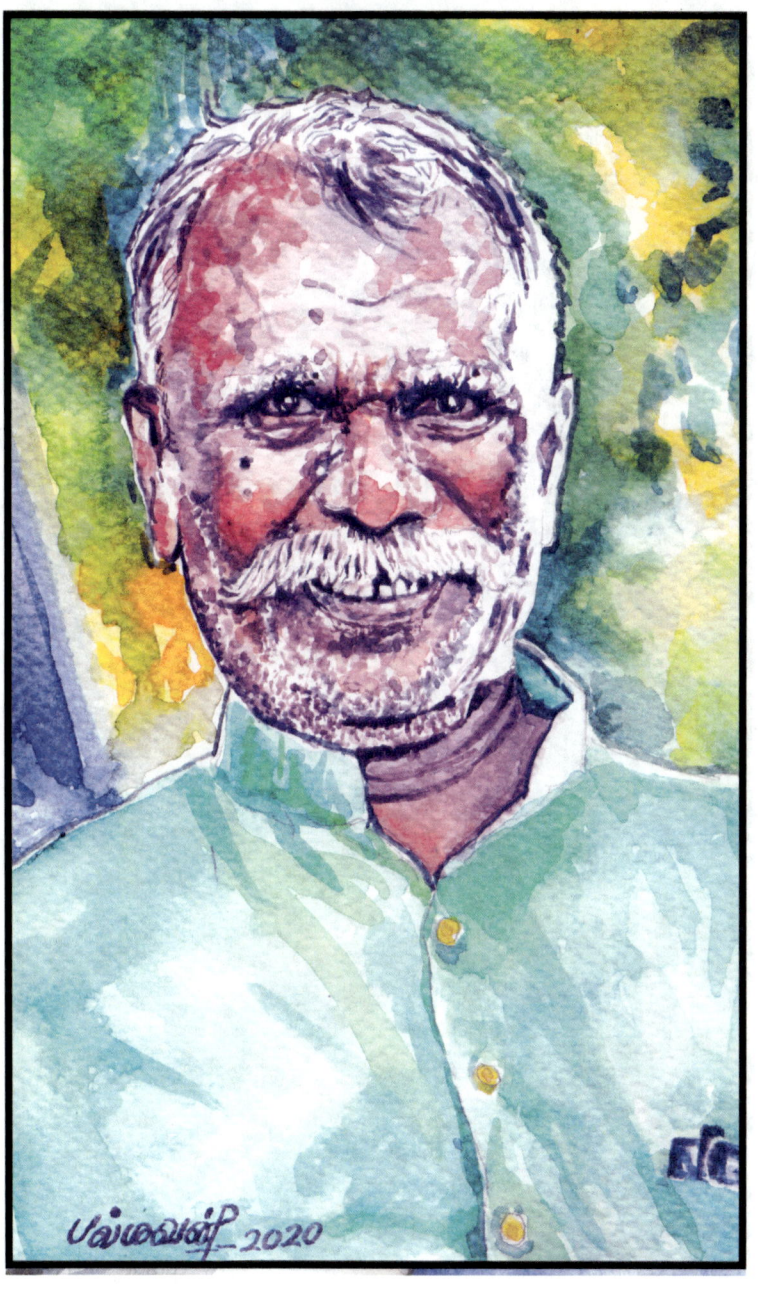

வண்ணநிலவன்

'நல்ல கலைஞன் பொய் சொல்ல மாட்டான்... பொய்க்கும் கலைக்கும் ஒத்துவராது' என்கிற வண்ணநிலவன் வரிகள் எனக்கு உயிர்ப்பானவை. அந்தக்காலத்தில் கவிதைப்பட்டறைக்கென தட்டி போர்டுகளில் கருப்பு கருணா எழுதிய வண்ணநிலவனின் கவிதை வரிகள் ஞாபகம் வருகிறது.

குளத்துப்புழையாறு

நூறாயிரம்

கிருஷ்ண சுக்ல பட்சங்கள்

கடந்தும் ஓடுகிறது.

கால நினைவற்றுத்

திளையும் மீன்களோடும்

தென் சரிவுத்

தேக்கு மரங்களோடும் .

என்கின்ற மனம் சார்ந்த கவிதை அது.

நானும் பவா செல்லதுரையும் வண்ணநிலவனைச் சந்திக்க போகிறோம் என்ற எந்த நோக்கமும் இல்லாமல், சென்னைக்குச் சென்றோம். அப்போது நாங்கள் திட்டமிட்டிருந்த கலை இலக்கிய இரவுக்கான அழைப்பிதழில் திரைப்படத்துறையினர் பெயர் பதிவாக வேண்டும் என்பதுதான் முக்கியக் குறிக்கோள். அப்போதெல்லாம் சென்னை செல்வதற்கான கார் வசதியோ பொருளாதார மேம்பாடோ கிடையாது. பாமர மக்களைப் போல பஸ் பயணம்தான். சென்னைக்குச் சென்றபின் ஒரு டவுன் பஸ் அல்லது ஆட்டோ... முதலில் தங்கர்பச்சானை பார்ப்பது என்று தீர்மானித்தோம். அவர் திருவண்ணாமலையில் 'மறுமலர்ச்சி' படம் எடுக்கப்பட்டபோது பழகிய நண்பர் என்கின்ற அதிகப்படியான உரிமையும் கூட...

ஆனால், அவர் அலுவலகத்துக்குச் சென்று பார்த்தபோது, 'அழகி' படத்திற்கான வேலைகளில் மும்முரமாக ஈடுபட்டிருந்தார். சூழ்நிலையைப் புரிந்துகொண்டு அவரைத் தவிர்த்தோம். பிறகு நடிகர் பார்த்திபனைப் பார்த்து ஏற்பாடு செய்யலாம் என நினைத்து அவரது அலுவலகம் சென்றோம். அவரும் படப்பிடிப்பில் வெளியூரில் இருப்பதாகத் தகவல் கிடைத்தது. பிறகு நர்மதா பதிப்பகம் சென்றோம். கடைசியாக ஒளிப்பதிவாளர் எம்.வி.பன்னீர்செல்வம் அவர்களைச் சந்தித்து அழைப்பிதழில் பெயர் போட ஒப்புதல் வாங்கினோம். அனேகமாக கோடம்பாக்கம் ஏரியா வரும்பொழுது பவா, "ஓவியரே, உனக்கு பிடித்தமான எழுத்தாளர் வண்ணநிலவன் இங்குதான் இருக்கிறார்" என்றான். எனக்கு அவர் மீது ஒரு ஈர்ப்பு இருந்தது. அப்போது மேலே குறிப்பிட்ட கவிதையும் ஞாபகம் வந்தது. எஸ்தர் தொகுப்பில் படித்த சில சிறுகதைகளும் நினைவுக்கு வந்தன. "கண்டிப்பாகப் பார்க்கவேண்டும்

பவா'' என்று சென்றோம். மதியம் இரண்டரை மணி இருக்கும். ஒரு சிறிய அறையில் பனியன் போட்டுக்கொண்டு ஏதோ எழுதிக் கொண்டிருந்தார். எங்களை வரவேற்றார். மிகவும் எளிமையானவராகவும் கூர்ந்து கவனிக்கின்றன கண்களோடும் ஆர்வமாக இருந்தார். முன்பின் தெரியாத என்னைப் பார்த்த உடனே, ''உங்கள் கண்களைப் பார்த்தால் அசதியாகத் தெரிகிறது. படுத்து ஓய்வு எடுத்துக் கொள்ளுங்கள்; பிறகு பேசலாம்'' என்றார்.

மனிதர்களை எந்தவிதத்திலும் சட்டை செய்யாத சென்னையில், மனிதநேயமிக்கவரைப் பார்த்து அசந்து போனேன்.

இவர் 'புனிதம்' என்ற தலைப்பில் காலம் என்கிற கவிதைத் தொகுப்பில் சென்னையை இப்படி குறிப்பிடுகிறார்...

பட்டணத்து ஆறு

பவித்ரமற்று ஓடுகிறது

ஆறு என்றதும்

மனதில் கவியும் கவித்துவம்

அடையாற்றில் இல்லை

சாக்கடை சுமந்து

சகதி சுமந்து

சம்ஸ்காரம் செய்ய

வழியின்றி கற்பு தொலைத்து

அழகு தொலைத்து

பவித்ரமற்றுப்

பட்டணத்து ஆறு ஓடுகிறது.

இது கவிதை மட்டும் அல்ல. சென்னை வாழ்வியல் பிரச்சனையையும் உள்ளடக்கியது. அப்போது அவர் துக்ளக் பத்திரிகையிலிருந்து விலகி இருந்தார். இயற்பெயர் ராமச்சந்திரன்.

துக்ளக், சுபமங்களா போன்ற பத்திரிகைகளில் பணிபுரிந்திருக்கிறார். துக்ளக் பத்திரிக்கையில் 'துர்வாசர்' என்ற பெயரில் எழுதி இருக்கிறார். அனேகமாக எழுபதுகளில் வந்த எழுத்தாளர்களான வண்ணதாசன், கலாப்ரியா, பிரமிள், விக்ரமாதித்தன், ஞானக்கூத்தன் போன்றவர்களோடு நெருக்கமானவராக இருந்திருக்கிறார். எஸ்தர், பாம்பும் பிடாரனும், தர்மம், வண்ணநிலவன் கதைகள் ஆகியன சிறுகதைத்தொகுப்புகளாக வந்திருக்கின்றன. மெய்ப்பொருள், காலம் என கவிதைத்தொகுப்புகள் வந்திருக்கின்றன. திரைப்படத்திற்கு வசனம் எழுதியிருக்கிறார். நாவல்கள் எழுதியிருக்கிறார்.

'அவரவர் வானம் அவர் அவருக்கேயானாலும்,

அடியாமல் பிடியாமல் வசப்பட வழியில்லை'

என்ற அவர் கவிதைவரிகளால் நிறைவு செய்கிறேன்.

இராசேந்திர சோழன்

இவர் முதன் முதலில் முத்து விநாயகர் கோயில் தெரு , பீட்டர்ஸ் சாலையில் , நாடகங்கள் சொல்லிக்கொடுக்க அஸ்வகோஷ் என்ற பெயரில்வந்திருந்தார் என நினைக்கிறேன்.கவிஞர் வெண்மணி மூலம் முதல் அறிமுகம். பிரளயன், பவா செல்லதுரை, பெ. ரவிச்சந்திரன்

அழகேசன்.இப்போது சென்னையில் இருக்கிற நிவேதிதா பதிப்பகம் எம். ராமலிங்கம் எல்லோருமாக கூடி இருந்த நாட்கள் அவை.திருவண்ணாமலையில் தமிழ்நாடு முற்போக்கு எழுத்தாளர் சங்கம் தொடங்கிய காலம் என நினைக்கிறேன். அஸ்வகோஷ் தலைமையில் நாடகப் பட்டறை. தோழர்களோடு நெருங்கிய தொடர்பில் இருந்தார். அதற்கு பிறகு தோழர்கள் இவரைப் பற்றி பேசுவதில்லை. ஆனாலும் இவரின் கதைகளைப் பற்றி மட்டும் பவா அடிக்கடி கூறுவான். சில கதைகள் கொடுத்து படித்தும் இருக்கிறேன். மற்றபடி அவரைப் பற்றி எந்த விபரமும் தெரியாது.

சமீபத்தில் ஆண்டாள் சிங்காரவேலு விழாவில் பார்த்தேன். நினைவில்

இருந்ததை அறிமுகப்படுத்திக் கொள்ளவில்லை. அவரது இராசேந்திரசோழன் கதைகள் மட்டும் பெற்றுக் கொண்டேன். அவரது இளமை தோற்றம் மாறி, முதுமையும் நிதானமும் என்னை வெகு நேரம் சிந்திக்க வைத்தது. எழுபதுகளில் தொடங்கிய இவரின் எழுத்து காலம் நிறைய சிறுகதைகளை வாசிப்பாளர்களுக்கு கொடுத்திருக்கிறது. அனேகமாக இவரின் எல்லா சிறுகதைகளும் என்னிடம் இருக்கிறது. உண்மையை எழுதவேண்டும் அதுவும் உண்மையாக எழுத வேண்டும் என்ற நோக்கம் உடையவர் இவர்.

எழுத்து பற்றின கனவும் வேட்கையும் நிரம்ப கொண்டவர்.

என் 40 ஆண்டு கால வாசிப்பு அனுபவங்களில் இலக்கியவாதிகள் எல்லாம் தனித்தனியாக தனக்கொரு இலக்கிய ஆலமரத்தின் விழுதுகள் பிடித்துக்கொண்டு எழுத்துலகில் ஊஞ்சலாடிக் கொண்டு வருகிறார்கள். அந்த விதத்தில் இலக்கியவாதிகளின் மத்தியில் இவரும் ஒரு விழுதை பிடித்துக்கொண்டு ஊஞ்சல் ஆடிக் கொண்டிருக்கிறார். மனக்கணக்கு, பலவீனம், போன்ற கதைகளோடு உள்நுழைந்தவர். ஆனந்தவிகடன் செம்மலர், கசடதபற என நீண்ட வரலாறு கொண்டவர். மார்க்சியத் தத்துவத்தில் ஈடுபாடு. எல்லாவற்றையும் எல்லா பத்திரிக்கைகளிலும் எழுதிவிட முடியாது என்று மனக்குமுறல்.

இவர் எல்லாக் கதைகளும் தீப்பற்றி எரிகின்ற கொதிநிலையில் சிறுகதையாக படைத்திருக்கிறார்

அறிவை ஜனநாயகப் படுத்துவதே அதிகாரத்தை முறியடிக்கும் என்கிற கோட்பாட்டை தன் புனைவு சாரா எழுத்தின் இலக்காக கொண்டவர்.

புனைவிலக்கியம், நாடகம், கட்டுரைகள், தத்துவங்கள், அறிவியல் என பல தளங்களில், தன் எழுத்தாற்றலை வெளிப்படுத்தி உள்ளார்.

இருபதாண்டுகள் ஆசிரியப் பணி முடித்து விருப்ப ஓய்வில் வெளிவந்தவர். இவருடைய பல சிறுகதைகள் படித்து உறைந்து போய் இருக்கிறேன். கோணல் வடிவங்கள், புற்றில் உறையும் பாம்புகள் , இச்சை, பற்று, கசிவு என நீண்ட பட்டியல் தொடரும். எத்தனை ஆண்டுகள் ஆனாலும் மனித உணர்வுகளை , உயிர்ப்புடன் வைத்திருக்கிற எழுத்துக்களில் இராசேந்திர சோழனுடைய எழுத்துக்களை முக்கியமானதாக கருதுகிறேன். எனக்கும் அவருக்கும் நேரடியான தொடர்புகள் எதுவும் இல்லை என்றாலும் , அவரின் எழுத்துக்கள் மூலம் உண்மைக்குக் கிட்டும் சத்திய எழுத்துக்களை படைப்ப வராக இருப்பதால் சந்தோஷம் கொள்ள முடிகிறது. வடிவ நேர்த்தியாலும், நெருப்புக் கங்குகளோடுஎதார்த்தம் கொண்ட சிறுகதைகள். அடி மனச் சலன வெளிப்பாடுகளை கதையாக்கி உள்ளார்.

(இந்தப்படமும் நீர்வண்ணத்தில் வரைந்தது)

பா. செயப்பிரகாசம்

கி. ராஜநாராயணன் கரிசல்மண் சார்ந்த கதைகளுக்கு ஏர் பூட்டினார். அவரது உழவு, அம்மண்ணில் ஆழமான பாதிப்பை ஏற்படுத்த புதிய பேனாக்கள் துளிர்விடத் துவங்கின. பூமணி, வீர. வேலுச்சாமி, பொன்னீலன், ச. தமிழ்ச்செல்வன் என நீண்ட பட்டியலில் இடம் பெறுபவர் பா. செயப்பிரகாசம் என்கிற சூரியதீபன். 1971-லேயே அவர் எழுத ஆரம்பித்தாலும் எனக்கு 1982-ல்தான் அவரின் வாசிப்பு வாசல் திறக்கப்படுகிறது. நான் தீவிர வாசகன் இல்லை; மேடைப் பேச்சுகளில் மூழ்கித் திளைப்பவனில்லை. ஆனால், கலை ஈடுபாட்டின் உந்துதலால் நல்ல சொல் ஆளுமைகளின் மேல் ஈர்ப்பு உடையவன். மாணவப்பருவத்தில் அங்கீகரிக்கப்பட்ட பாடநூல்களால் காயம் பட்டவன்.

சராசரி மாணவனுக்கும் கீழ் இருந்ததால் பள்ளியும் பாட ஆசிரியர்களும் பாடம் என்ற பெயரால் எனக்கு நிறைய கசப்பு அனுபவங்களைப் போதித்து வந்தனர். அது என் துரதிருஷ்ட காலமானது. ஆர்வமில்லாத வார்த்தைகளால் வகுப்பறைகள் நீர்த்துப் போயின. ஜன்னலுக்கு வெளியில் தெரிந்த பூமரங்கள், கற்கோயில்கள் எனக்கு

விருப்பப்பாடங்கள் ஆயின. இயற்கை வெளி, வானம், ஏரி, ஆறு, குளம் என எல்லாமும் என்னுள் மகிழ்ச்சியைத் தோற்றுவித்தன. அப்போது எழுத்து பழகும் என் விரல்களை ஓவியம் தத்தெடுத்துக் கொண்டது. நான் பட்ட காயங்களைத் துடைத்தெறிய தூரிகை தேவைப்பட்டது. வரைகின்ற கோடுகளே என் உணர்வுகளின் வடிகால் ஆனது. சந்தோஷமாக இருக்கும்போது பூக்களும் துக்கம் தொண்டைக்குழிக்குள் முகாமிடும்போது, வானம், நதி, கடல் என வரைதலில் மனதைத் தொலைத்தேன். அறிஞர்கள், விஞ்ஞானிகள் போன்றோர்களை விட, பசுமை படர்ந்த மனிதர்களும் மனுஷிகளும் தேவைப்பட்டார்கள். இதுதான் நான் இன்றுவரை எல்லோர் மீதும் வைத்திருக்கிற உறவுக் கொள்கை!

டேனிஷ் மிஷன் பள்ளியில் எனக்கு பணி கிடைக்கும் முன்பும் பின்பும், மாணவப் பருவத்திலிருந்து, என்னை என் ஓவியக் கூடத்தை நிழலாய் தொடர்ந்தவர்களில் முக்கியமானவர் பவா என்கிற இன்றைய கதைசொல்லி. அவன் என் வாசிப்புத் தன்மைக்கு உயிரூட்டியவன். ‘அன்று ஒரு ஜெருசலேம்’ சிறுகதைத் தொகுப்பைக் கொடுத்து, பா. செயப்பிரகாசம் அவர்களைப் பற்றிக் கூறினான். ஒரு மாயக்காரனைப் போல பவாவின் மயக்க வார்த்தைகளில், பா. செயப்பிரகாசம் பிரசன்னமானார். சிறுகதைகளைப் படிக்கப்படிக்க கவிதையாய் விழுந்த வரிகள் என்னை கரிசல் மண்ணுக்கே அழைத்துச் சென்றன. கதை மாந்தர்கள் மனக்கசிவில் ஓவியமாய் உருவெடுத்தனர். கடும் இருட்டைக்கூட கிழித்தெறியும் மெல்லிய வெளிச்சக் கீற்றாக எழுத்துகள் கொஞ்சம் கொஞ்சமாய் என் மனதில் ஊடுருவியது. அவரின் சிறுகதைகள் மனிதவாழ்வின் துயரங்களைச் சொல்லாமல் வாசகனே உணர்ந்து கொள்ளும் தன்மையை உருவாக்கித் தந்தன. என்னைப்போல் சிறுவயதில் தாயை இழந்த குமாரசாமியின் கண்களில், அக்னி ரூபம் இன்னும் அனல் வீசுகிறது. சுடு சாம்பல் மீது அம்மாவின் சாம்பராணி நினைவு, தாய் இல்லாத குழந்தைகளின் நெஞ்சில் நெருடல் ஆகிறது. அம்பலக்காரர் வீடு

மக்களையும் மண்ணையும் இணைக்கிறது. கதைத்தளத்தை அவரவர் மண்ணுக்கு ஏற்ப, அவர்களது வட்டார மொழியை வாழ்வை உணரவைக்கிறது. கரிசல் மண்ணில் பிசைந்த ஈரம், திருவண்ணாமலை, வடாற்காடு என் பூர்வீக கிராமமான மின்னல் நரசிங்கபுரம் வரை மக்களின் இயல்பு நிலை வாழ்வைப் பிரதிபலிக்கிறது.

தான் வாழ்ந்த மண் வாசத்தை, துயரகீதமாக மனம் கனத்த வரிகளால் கவிதையை போல் சமைத்துத் தருபவர்களில் என்னை மிகவும் கவர்ந்தார். வசவுகளை, சொலவடைகளை, மூடப்பழக்கவழக்கங்களை, நெஞ்சுக்கூட்டில் மின்னலைப் போல் இறக்குகின்றார். தனக்கென ஒரு எழுத்தின் உயிர்ப்பை தக்கவைத்துக் கொண்டிருக்கிறார். ஒரு அரசு ஊழியராக இருந்தும் படைப்பு மொழியை உணர்ந்துள்ளார் என்பது ஆச்சரியமூட்டியது.

எழுத்துகள் மூலமாக மட்டுமே நான் அறிந்திருந்த பா. செயப்பிரகாசம், தோழர் தா.மா. பிரகாஷ் மூலம் திருவண்ணாமலை ஆண்டாள் சிங்காரவேலு மண்டபத்தில் 38 ஆண்டுகள் கழித்து நேரில் அறிமுகமாகிறார். முதல் முதலாய் ‘ஜெருசலேம்’ சிறுகதைத் தொகுப்பில் அட்டையில் பார்த்த அவர் உருவத்தோற்றம், இளமையின் கோலத்தைக் கலைத்திருந்தது. வயதின் முதிர்வு நிலை பருவ மாற்றத்திற்குள் நுழைந்திருந்தது. அவரது சில கதைகளை நினைவு கூர, முகத்தில் புன்முறுவல் பூத்தது. என் கைகளை இறுகப் பற்றிக் கொள்கிறார். இந்த ஆண்டு சென்னை புத்தகக் கண்காட்சியில், ‘மணல்’ நாவல் வெளிவருவதாகவும் கூறினார். இருவரின் உள்ளங்கைப் பற்றலிலும், வார்த்தைகள் சப்தமின்றி நரம்பின் வழியே ஊடுருவுவதை உணர்கிறேன். வாய்வழியே பேசும் வார்த்தைகளுக்கு வலுவில்லை என்பதைப் புரிந்து கொள்கிறோம். எங்களின் மௌனம்கூட, அந்த நேரத்தில் கண்களால் மொழி பெயர்க்கப்படுகிறது. அன்றைய எனது ஓவியப்பார்வை அவருக்குமானது. வழிந்தோடும் ஈரப்புன்னகையோடு விடைபெறுகிறேன்.

கல்யாண்ஜி

'என் கதைகள் மட்டும் நான் அல்ல. என்மேல் படிந்து இருக்கிற காலத்தில் புழுதி, என்னைச் செதுக்கிய எளிய மக்களின் அடையாளங்கள்' எனக்கூறும் வண்ணதாசன் அன்பு, நெகிழ்வு, மென்மையுள்ள மனதுக்குச் சொந்தக்காரர். இலக்கியக் கருத்துகளால் மனிதாபிமானக் கோடுகளை அழிக்காமல் பாதுகாத்து வருபவர். ஒரு ஒளிப்படக் கலைஞனைப் போல, அழகியலை உள்ளடக்கிய எழுத்துக்கலை அவரிடம் உள்ளது. கருணை ஊற்று கொண்ட பாசாங்கற்ற பிள்ளை மனம் வாய்க்கப் பெற்றவர் வண்ணதாசன் எனும் கல்யாணசுந்தரம்.

ஏராளமான சிறுகதைத் தொகுப்புகள், கல்யாண்ஜி கவிதைகள், எல்லோருக்கும் அன்புடன் கடிதத்தொகுப்பு என இலக்கிய உலகின் தாமிரபரணி ஊற்று அவர். முதன்முதலாய் கல்யாணி. சி என்ற கடிதங்களைப் படிக்க நேரிட்டது. வல்லிகண்ணன் முதல் தி. க. சி. வரை மனதில் பதியம் போட்ட காலம் அது. பிறகு அவரின் சிறுகதைகள், கவிதைகள் என கரைந்து போயிருக்கிறேன். பல சிறுகதைகளின் வரிகளைத்

தாண்ட முடியாமலும், கவிதைகளைக் கடக்க முடியாமலும் மனக் கேமரா இயங்க, ஓவியப் பதிவாய் காட்சி விரிவடையும்.

ஒருமுறை ஆர்வக்கோளாறு மிகுதியால் அவரை அவசரமாய் படம் வரைந்து அவருக்கு அனுப்பினேன். 'இது என்னைப் போன்றா இருக்கிறது' என்று என் மகன் கேட்டான் பல்லவன். 'நான் என்ன எல்லோருக்கும் ஒரே மாதிரியாகவா இருக்க வேண்டும் என அவனைக் கேட்டேன்' என எனக்கு கடிதத்தின் மூலம் கேள்வி எழுப்பினார். அவரின் ஆழமான நீரூற்றில் கூட சங்கடமில்லாத வார்த்தைகள்தான் பதிவாகக் காணப்படும். நான் வரைந்து அனுப்பிய பொங்கல் வாழ்த்து அட்டைக்குக் கூட, இந்த அளவிலும் வண்ணம் வைக்கலாம் என ஓவியக் குறிப்பால் உணர்த்தியவர். வண்ணங்களிலும் கரைந்த வண்ணதாசன்.

என் மகள் அனிதா - சிவகுமார் திருமணத்தில் கலந்து கொள்ள முடியாமல் போனதற்காக வைகாசி மாத திருமணங்கள் பற்றிய ஈர நினைவுகளை கரிசனத்தோடு கடிதத்தில் விளக்கினார். அவரின் கடிதங்கள், ஒரு மழைச்சாரல் பட்ட புது ரோஜாப்பூவைப்போலவும் சொத்துப் பத்திரங்கள் போலவும் பாதுகாப்பாக வைக்கத்தக்கவை. மனிதர்கள் மீது நேசம் வைத்திருப்பதுதான் உயிர்ப்புள்ள இலக்கியம் என்பதை இவர்களைப் போன்ற எழுத்தாளர்களிடம் உணர்ந்திருக்கிறேன். பதினைந்து ஆண்டுகளுக்கு முன் நண்பர்களுக்கு, தோழர்களுக்கு, எழுத்தாளர்களுக்கு புத்தாண்டு மற்றும் பொங்கல் வாழ்த்துக்களை வரைந்து அனுப்புவதை வழக்கமாகக் கொண்டிருந்தேன். இப்போது முகவரிப்புத்தகங்களைத் தொலைத்துவிட்டு வெறுமனே செல்போன்களில் காலத்தை வீணாய்க் கழிக்கிறேன். கடிதங்கள் கொண்டுவரும் அன்பின் செய்திகளை இனி எந்தக் காலமும் எதுவும் பூர்த்தி செய்யப் போவதில்லை. வண்ணதாசன் சொல்கிறமாதிரி சொற்கள் தொலைந்து கொண்டுதான்

போகின்றன. மன விசாலம் குறைந்ததால் உள்ளூரிலேயே தினமும் உறவுகளாய் பார்த்துப் பழகிய நண்பர்களும் தோழர்களும் வழியில் ஒரு போலி புன்னகையை விரக்தியாய்க் கடத்திவிட்டுப் போகிறார்கள். ஒவ்வொருவரின் குரல்வளைகளிலிருந்தும், சுருதியின் இழை அறுந்துகொண்டே போகிறது. உணர்ச்சியின் குமிழ்களைக்கூட உடைத்தெறிந்து விட்டுத்தான் போகிறார்கள். மனிதம் மெல்ல மெல்லச் சாகிறது.

இளகிய மனமுள்ள மனிதர்களுக்கு தீராத ரணவலிதான் ஏற்படுகிறது. இப்போதெல்லாம் இலக்கிய நண்பர்களை வரைய, வண்ணம் குழைக்க, மனம் கனிந்து போகிறது. அவர்களின் கதைகளாலும் கவிதைகளாலும் எழுத்தின் வழியே ஒரு பறவையைப் போல ஆகாயத்தை வட்டமிடுகிறேன். வானம் அழகானது. நீலவானின் எல்லைகளை என்னால் தொட முடியாவிட்டாலும் கூட, இந்தப் பறவையின் எச்சம் நாளை விதைகளாக முளைக்கும் என்ற நம்பிக்கை பிறக்கிறது. இந்தச் சமூகத்திற்கு பல வண்ணதாசன்களும் பல வண்ணநிலவன்களும் தேவைப்படுகிறார்கள். இவர்களின் எழுத்துக்கள் உயிர்ப்போடு வைத்திருக்கக்கூடியவை. வாழ்வுதானே கவிதை! வாழ்வுதானே கலை! வாழ்வுதானே எல்லாமும்...

பல்லவன்... 2020

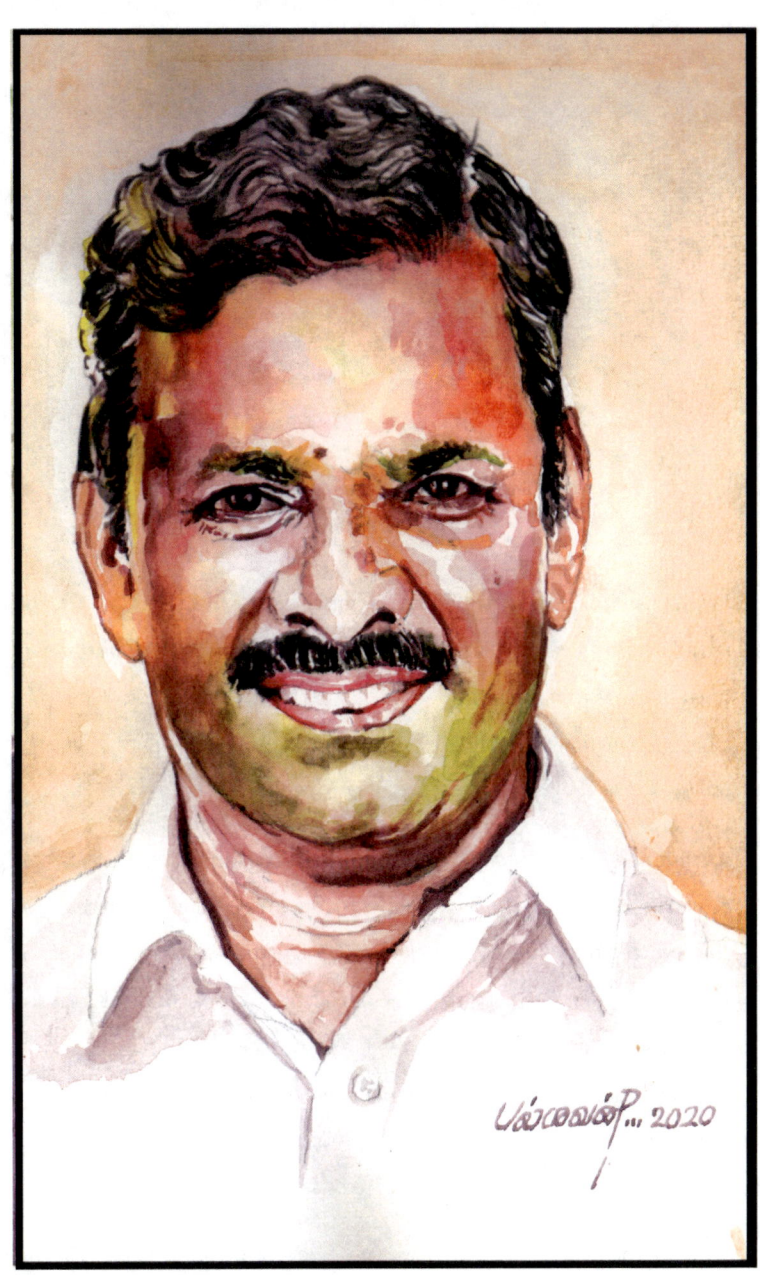

ச. தமிழ்ச்செல்வன்

ச. தமிழ்ச்செல்வனைத் தெரிந்து கொள்ளும் முன் அவரது வெயிலோடு போய் சிறுகதைத் தொகுப்பை திருவண்ணாமலை தமுஎச தோழர்கள் தெரிந்து வைத்திருந்தார்கள். அனேகமாக அப்பொழுது தோழர். ச.தமிழ்ச்செல்வன் கோவில்பட்டியில் இருந்திருப்பார் என்று நினைக்கிறேன். 1985-ம் ஆண்டாக இருக்கலாம்.

எங்களுக்கு மேலாண்மை பொன்னுச்சாமியின் 'சிபிகள்', உதயசங்கரின் 'யாவர் வீட்டிலும்', தோழர் வெண்மணியின் 'கனல் வரிகள்' கவிதைத் தொகுப்பு, 'வார்ப்பு' கையெழுத்துப்பிரதி, கந்தர்வனின் சிறுகதைகள் என அறிமுகப்படுத்தப் பட்டிருந்தன. கூடவே வானவில் பிலிம் சொசைட்டியில் வெண்மணி, பிரளயன், எல்ஜசி. கிருஷ்ணமூர்த்தி இவர்களின் ஒத்துழைப்போடு தமுஎச திருவண்ணாமலை கிளை துவக்கப்பட்ட நேரம். முற்போக்குச் சிந்தனைகள் எங்கள் மூளையைச் சுறுசுறுப்பாக இயங்க வைத்து, அறிவார்ந்த சிந்தனைகளால் மக்களை ஈர்த்த காலங்கள்.

தமுஎச தோழர்கள் சக மனிதர்களைப் போல அல்லாமல் தோளில் ஒரு

ஜோல்னாப்பை, அதில் இரண்டு புத்தகங்கள், தங்கிக்கொள்ள ஒரு செட் துணி என வந்து தங்கி இயக்க வேலைகளைப் பார்த்து விட்டுச் செல்வார்கள். இலக்கிய நிகழ்வுகள், கூட்டங்கள் என செயல்பாடுகள் இருந்தன. மாணவப் பருவத்திலிருந்து எப்போதும் என்னோடு இருக்கும் பவா செல்லதுரை, கல்லூரி மாணவர் தலைவராக இருந்த இன்றைய கருப்பு கருணா இருவரும் வேலையில்லா பட்டதாரிகளாக, சமூக பொறுப்புமிக்க இளைஞர்களாக இருந்தனர். அவர்களும் அப்போது த.மு.எ.ச.வில் இருந்தனர். காளிதாஸ் என்கிற நாடகக் கலைஞரும் இருந்தார். எனது ஓவியக்கூடம் வரைகின்ற கூடமும் அல்லாமல் தமுஎச நிகழ்வுகளைத் தீர்மானிக்கிற இடமாகவும் இருந்தது. சொல்லப்போனால் கிளையே எனது கடைதான். வெளியூர்த் தோழர்கள் வந்தால் விசாரணைக்கான இடமாகவும் எனது கூடமே அமைந்தது என்பதில் எனக்கு பெருமையே.

அவ்வருடம் பெரிய அளவில் காந்தி சிலை அருகில் இலக்கிய இரவு நடத்துவது என தோழர்களால் முடிவு செய்யப்பட்டது. அதற்கான பணிகள் தீர்மானிக்கப்பட்டு ஒவ்வொரு தோழருக்கும் அவரவர்களுக்கான பணிகள் ஒதுக்கப்பட்டு அவர்கள் பொறுப்பேற்றுச் செய்வது என்று தீர்மானம் போடப்பட்டது. அப்போதுதான் என்னை ச. தமிழ்ச்செல்வனின் ‘வெயிலோடு போய்’ நூலின் அட்டைப்படம் வெகுவாக ஈர்த்தது. அது கோவில்பட்டியைச் சேர்ந்த ‘இசக்கி’ என்கிற தோழரின் புகைப்படத்தாலான அட்டைப்படம். அதைப் பெரிய அளவில் (30று15) வரைவது எனத் தீர்மானித்தோம். திருவண்ணாமலையைப் பொறுத்தமட்டில் சினிமா பேனர்களை விடவும் பெரியது. திருவண்ணாமலை வரலாற்றுச்சுவட்டில் இலக்கியத்திற்காக வரையப்பட்ட முதல் பேனர் அதுதான். பெரிய கோபுரத்தின் முன்பு அதைக் கட்டிய அரை மணி நேரத்திற்குள், கூட்டத்தைக் கூட்டி பஜாரில் மக்கள் நெரிசலை உருவாக்கிய பேனர். நான் வரைந்து முடித்து விடியலில் ஐந்து மணிக்கெல்லாம் தோழர்களான பவா செல்லதுரை, அடி அண்ணாமலை

சோமு, பீனிக்ஸ், கருப்பு அன்பரசன், குண்டு பாஸ்கர், மு. பாலாஜி இவர்கள் தங்கள் தோளில் சுமந்து செல்ல, இப்போதைய கருப்பு கருணாவும் உடனிருந்து சாரம் அமைத்து பெரிய பேனரை நிலை நிறுத்தினர். அப்போது தினமும் எங்களுக்கு பொருளாதார நெருக்கடி ஏற்படும். அதைச் சமாளிக்கவே உடலுழைப்பும் தந்த தோழர்கள் இவர்கள்.

தோழர் ச. தமிழ்ச்செல்வன், திருவண்ணாமலை கிளைத் தோழர்கள் மத்தியில் அண்ணனைப் போன்று கருதப்படுபவர். அவரது குடும்பமே ஒரு கலைக் குடும்பம். அவரது தாத்தா மதுரகவி பாஸ்கரதாஸ் என்பவர் அந்தக் காலத்தில் பெரும் புகழுக்குரியவர். இவரின் தம்பிகளான கோணங்கி, நாடகக் கலைஞன் முருகபூபதி எல்லோராலும் அறியப்பட்டவர்கள்.

ச.தமிழ்ச்செல்வனின் 'வெயிலோடு போய்' சிறுகதைத் தொகுப்பில் 'கருப்புச்சாமியின் ஐயா' என்ற கதை என்னை ரொம்பவும் ஈர்த்தது. மேலும், அவரின் 'வாளின் தனிமை' தொகுப்பிலுள்ள சிறுகதைகள் சிறப்பு வாய்ந்தன. ஆறாண்டு காலம் த.மு.எ.ச பொதுச் செயலாளராகவும், ஆறாண்டு காலம் தலைவராகவும், இப்போது த.மு.எ.க.ச. கௌரவத்தலைவராகவும் இருக்கிறார். இயக்க ஈடுபாடு உடைய தோழர்களுக்கு உற்ற தோழனாகவும், பழகிய நண்பர்களிடம் நல்ல நட்புடனும், எல்லா குடும்பங்களுக்கும் ஒரு உறவுக்காரர் போலவும், உடல்நிலை குறித்தும், குடும்பங்களின் நலன் குறித்தும் விசாரிக்கின்ற ஒரு மூத்த அண்ணன் ஸ்தானத்தை இன்றுவரை நிலைநிறுத்தி வருகிறார். மனித நேயம் மிகுந்த கருத்துக்களை, தன் உள்ளங்கையில் பொத்தி வைத்திருக்கிறார். நண்பர்களையும் தோழர்களையும் சந்திக்கும்போது அன்பை அடைகாத்துத் தருகிறார். அவரது முகத்தில் அன்பு நிறைந்த கண்களையும் மனதிலிருந்து குடிபெயர்ந்த புன்சிரிப்பையும் எப்போதும் பார்க்கலாம். இலக்கியத்தையும் மீறிய மனிதாபிமானம் கொண்ட தோழர்...

கே. வி. ஜெயஸ்ரீ

கே. வி. ஜெயஸ்ரீ என்ற பெயரை, எந்த இடத்தில் இருந்து தொடங்குவது என்று தெரியவில்லை. கல்லூரி முடித்து வேலையற்ற காலங்களில் இருந்து கே.வி. ஜெயஸ்ரீயும், கே.வி. ஷைலஜாவும் த.மு.எ.ச.வின் இரட்டையர்கள். தோளில் ஜோல்னா பை... அதில் சில புத்தகங்கள்... வாஞ்சையாக 'தோழர்' என்று துவங்கி, குடும்ப உறவுகள், இலக்கிய செயல்பாடுகள், எனத் தொடர்ந்து கே. வி. ஜெயஸ்ரீ-உத்திரகுமாரன், சைலஜா-பவா என திருமணவாழ்க்கையைக் கடந்தும் பயணம் தொடர்ந்தது. இப்போது 'நிலம் பூத்து மலர்ந்த நாள்' என்ற மலையாள நாவலின் மொழிபெயர்ப்பிற்கான சாகித்ய அகாடமி விருது பெற்று, தென்மாத்தூர் 'கானகம்' வயல்வெளி வீடு வரை நீண்ட பயணமாய் நிரம்பி வழிகிறது அவரின் வாழ்வு!

முப்பது ஆண்டுகளுக்கு முன் அறியும்போதே அவர்களின் அம்மா வாசிப்பின் ருசி அறிந்தவர் எனக் கேள்விப்பட்டதுண்டு. அதன் தொடர்ச்சியே இவர்களின் இலக்கிய ஆர்வமும் கூட! முற்போக்கு எழுத்தாளர் சங்க செயல்பாட்டில் பங்கேற்று, கலை இலக்கிய நிகழ்வுகள்,

முற்றம் நிகழ்வுகள் என தங்களது கடின உழைப்பை, பங்களிப்பாகத் தந்தவர்களில் இவர்கள் தனி இடமும் பிடித்தனர். அப்படி இயக்கப்பணி ஆற்றிக்கொண்டே வாசிப்புத்தளத்தையும் விரிவாக்கிக் கொண்டவர்கள். சக மனுஷ, மனுஷிகளை நேசிக்கும் தன்மை, பழகிய அனுபவங்கள் ஆகியவற்றுடன் இலக்கிய அறிவை விசாலமாக்கிக் கொண்டு தங்களையும் செழுமைப்படுத்திக்கொண்டனர்.

ஜெயஸ்ரீ தமிழ் இலக்கியம் படித்திருந்தாலும் சாதாரண பெண்போல இருப்பார். எல்லோரிடமும் அன்பாகப் பழகி 'ஸ்நேகம்' கொள்பவர். எனக்குத் தெரிந்து அவர் திருமணத்திற்குப் பின் கேரளாவில், அடிமாலி என்ற இடத்தில் வசித்து வந்தார். மலையடிவாரத்தில் அவர் வீடு அருவிச் சத்தத்தோடு அழகாக இருக்கும். நினைத்தால் 'மழை'... சுற்றி காப்பி செடி, கொக்கோ மரங்கள், பலா மரங்கள், தாவர மலர்கள், மனிதர்களை தாக்காத மாலை நேரத்து மஞ்சள் வெயில், அந்த நேரம் இயற்கையே பொன் ஆபரணம் அணிந்து கொண்டது போல காட்சி தரும். அருவிச் சத்தத்தின் பின்னணி இசை நம்மை மயக்கும். சாலை ஓரத்தில் பள்ளியில் இருந்து விடுபட்ட குழந்தைகள் குடைபிடித்து வரும் அழகைப் பார்த்தால், குட்டித்தேவதைகளின் ஊர்வலமாக தெரியும். அழகின் இயற்கை படிந்த தேவலோகமது. அவருக்கான லௌகீக வாழ்க்கை.

வேலை கிடைத்து திருவண்ணாமலை வந்து சராசரி மனுஷி ஆனாள். ஆனாலும் அவரை, அவர் வாழ்ந்த அடிமாலியின் இயற்கையின் கொடை இலக்கியத்தில் செழுமைப்படுத்தி இருக்கிறது. அந்தச் சூழல் மலையாளம் கற்று, தமிழ் மொழிக்கு வளமை சேர்க்கும் மொழிபெயர்ப்புத் தன்மை கூடி வரக் காரணமாக இருந்திருக்கும் என நினைக்கிறேன்.

இங்கே பள்ளியில் தமிழ்த்துறையில் வேலையில் இருந்தாலும் கூட, மொழிச்சிக்கலில் மாட்டிக் கொள்ளாமல், வகுப்பறைத் தமிழாசிரியராக

மட்டுமே இருந்தார் எனலாம். மற்ற நேரங்களில் தன் படைப்புத் திறனை மொழிபெயர்ப்பு மூலம் நிரூபித்து வந்தார். கதைகள், கவிதைகள், கட்டுரைகள், குடும்பம் என தொடர்ந்தது வாழ்க்கை. மலையாள வாசிப்பைத் தனதாக்கிக் கொண்டதால் எழுத மனம் வாய்த்திருக்கிறது என்று கூட சொல்லலாம்.

எங்கள் மாவட்டத்து பெண்கள் எழுதுவதிலும் சாதனை புரிந்து வருகிறார்கள். கே.வி. ஜெயஸ்ரீ, அ. வெண்ணிலா, கே.வி. சைலஜா ஆகியோரை அதன் தொடர்ச்சியாகக் காணமுடிகிறது. பெண் எழுத்தாளர்கள் என்று பாலினம் பிரித்துப் பார்க்கவில்லை. அவர்களின் முக்கியத்தை உணர்த்தவே அந்தச் சொல்லைப் பயன்படுத்த வேண்டியதாக இருக்கிறது.

ஜெயஸ்ரீயைக்கூட ஆறு ஆண்டுகளுக்கு முன்பு சாதாரண பள்ளி ஆசிரியை கணக்கில்தான் மனம் மேடை போட்டு வைத்திருந்தது. மெல்ல அவரின் படைப்புகளை வாசித்து அசந்து போனேன். சந்தோஷ் எச்சிக்கானத்தினுடைய 'ஒற்றைக் கதவு' படித்துப் பிரமித்துப் போனேன். என்ன இந்த மனுஷிக்கு மொழிபெயர்ப்பு இப்படி வந்திருக்கிறது என வியந்தேன். டைனோசரின் முட்டை, இரை, விருந்தாகும் உடல்கள் அடங்கிய அனைத்துக் கதைகளையும் உயிரோட்டம் குறையாமல் நுண்ணறிவோடு மொழிபெயர்த்து நுட்பமான மொழிக்காக தன் விசாலமான தமிழ் அறிவைப் பயன்படுத்தியுள்ளார். தன் புலமையின் வழியை அடைத்து இலக்கிய அறிவை வாசகனுக்குப் பகிர்ந்துள்ளார். கவிதை உறிஞ்சப்பட்ட வாழ்விலிருந்து கவித்துவமான வரிகளை நமக்கு படிக்கத் தருகிறார்.

இவரும் இவரைச் சார்ந்த உறவினர்களும், தொடர்ச்சியான வாசிப்பு அனுபவங்களால் எழுதுகிற மனம் வாய்த்து, இயற்கையைச் சார்ந்தே

வாழ்கிறார்கள். இவர் ஏறக்குறைய ஒன்பது நூல்களை நமக்குத் தந்துள்ளார். 'நிலம் பூத்து மலர்ந்த நாள்' எனும் நாவலுக்காக இந்த ஆண்டுக்கான மொழிபெயர்ப்புக்கான சாகித்திய அகாடமி விருது பெற்று தமிழுக்கும் பெருமை சேர்த்து உள்ளார். அந்த நாவலில் வேற்று மொழி நெருடல் இல்லாமல், இரண்டாயிரம் ஆண்டுகள் கடந்த காலத்தைப் பார்க்கவும் படிக்கவும் வைக்கிறார். சலிப்பும் வறட்டுத்தனமும் இல்லாமல் வாசகனுடைய மனமறிந்து செயல்பட்டிருக்கிறார்.

ஜெயமோகன்

எழுத்துகளில் மேன்மையைச் சுமந்து எழுதிவரும் எழுத்தாளர்கள் எந்தக் கட்சியில் இருந்தாலும் அவர்களிடம் அன்பு கொள்ளச் செய்கிறது மனம். நாம் நேசிக்கும் கொள்கையை உடைய மனிதர்கள் நம்மைக் கூடுதலாக நேசிக்கிறார்கள். நம்மோடு இணக்கமாகப் பேசுகிறார்கள்; எழுதுகிறார்கள் அவ்வளவே. ஒருவன் அவன் சார்ந்த துறையில் உச்சம் தொடுவதற்கு அவனது செயல்பாடுகள் காரணமாகின்றன. அப்படி எழுத்தாளர்களில் சாதனையாளர்கள் பட்டியலில், உயரங்களைத் தொடுபவராகவே எழுத்தாளர் ஜெயமோகனைக் கருதுகிறேன். எனக்குத் தெரிந்து கலைகளின் மீதும் எழுத்துகளின் மீதும் பாசாங்கற்ற நண்பர். மனித உணர்வுகளை கோட்பாடுகளுக்கப்பால் சிந்தித்து எழுதி இலக்கிய உலகில் கோலோச்சுபவர். மொழி நதியில் மனதைத் தோய்த்து வார்த்தைகளில் நீராடி கதை படைப்பவர். மலையாளமும் தமிழும், அவருக்கு பிறந்தவீடு புகுந்த வீடுகளைப் போல.

நான் வாசிப்புலகுக்குச் செல்லும் முன்பே, என் ஓவியக்கூடத்தில் தகவல்களின் உச்சத்தால் வசீகரிக்கும் பவா செல்லதுரை, ஜெயமோகனைப்

பற்றி நித்ய சைதன்ய யதி, நாராயண குருக்களில் தொடங்கி, ஏராளமான செய்திகளை 1984-லேயே கூறி நேரில் பார்க்காத ஜெயமோகனின் உருவத்தை அளவுகளற்ற சர்ரியலிச ஓவியம் போல் மனதில் பதிய வைத்தார். அனேகமாக ஜெயமோகன் திருப்பத்தூரில் டெலிபோன் அலுவலகத்தில் வேலை பார்த்த காலமாக இருக்கலாம்.

ஒருமுறை சாரோனில் நடந்த கலை இலக்கிய மாநாட்டிற்கு கோணங்கி, எஸ். ராமகிருஷ்ணன், ஜெயமோகனுடன் நானும் சாரோனிலிருந்து திருவண்ணாமலைக்கு நடந்து வந்து கொண்டிருக்கிறோம். அப்போது வழியெங்கிலும் நான் வரைந்திருந்த ஓவிய பேனர்கள் வைக்கப்பட்டு நகர மக்களை வெகுவாக ஈர்த்துக் கொண்டிருந்த நேரம். இவர்களின் மனதையும் அந்த ஓவிய பேனர்கள் கவர்ந்திழுத்து அதன் பிரம்மாண்டம் அவர்களின் மனதை வியாபித்திருந்தது.

ஆனாலும், அவர்கள் வழிநெடுகிலும் இலக்கியப் போர் புரிந்து வந்தனர். அறம் சார்ந்த நிலைப்பாட்டில் ஜெயமோகனும், அதற்கு எதிராக கோணங்கியும் ராமகிருஷ்ணனும் இலக்கிய சர்ச்சைகளை உருவாக்கினார்கள்! ஓவியர் என்ற முறையிலும் நட்பினாலும் பதில் பேச முடியாத சூழல் எனக்கு. எந்த வேறு வகையாலும் தன் இருப்பை நிலைநிறுத்திக் கொள்ள முடியாது என்று தோன்றும்போதுதான் மனிதன் தன் இருப்பை நிலைநிறுத்திக் கொள்ள வலிமையான ஆயுதத்தைக் கையில் எடுக்கிறான். அப்படி வலிமையுள்ள எழுத்துக்களை பயன்படுத்தி வருபவரே ஜெயமோகன்! ஜெயகாந்தனைப் போன்று எழுத்தின் மீது அகங்காரமும் ஆளுமையும் கொண்டவர். வாசகர்களைத் தன் பக்கம் இழுத்து பித்துப் பிடிக்க வைப்பவர். மனச்சுத்தியோடு எழுதுவதில் எல்லா யுத்திகளையும் கையாள்பவர்.

அனைத்துக் கலைஞர்களுக்குமே, ஒரு குறிப்பிட்ட காலத்திற்குப் பிறகு நிபுணத்துவம் கைகூடும். ஆரம்பநிலையில் சில சங்கடக்குறைபாடுகள்

ஏற்படலாம். ஆனால் இவற்றையெல்லாம் எளிதில் உடைத்து முன்னேறுபவனே நிஜமான கலைஞன். அப்படி ஆயிரம் கதை நுட்பங்கள், இலக்கிய சவால்களை எதிர் கொண்டவர்.

அவரது முதல் நாவலான 'ரப்பர்' நாவலையும் 'திசைகளின் நடுவே' சிறுகதைத் தொகுப்பிலுள்ள நதி, வீடு, வனம் போன்ற சிறுகதைகளையும் 'அறம்' தொகுப்பில் சோற்றுக்கணக்கு, அறம், யானை டாக்டர், பெருவலி போன்ற கதைகளையும் படித்திருக்கிறேன். பவா, சைலஜா குடும்பத்தில் ஒரு உறவுக்காரர் போல் வாழ்ந்து வரும் ஜெயமோகன், என்மீது பற்றும் என் ஓவியங்கள் மீது அக்கறையும் ஆர்வமும் கொண்டவர். திருவண்ணாமலை என்றாலே அவர் நினைவுக்கு வருபவர்களில் நானும் ஒருவன்.

பவாசெல்லதுரை

எல்லோரையும் வரைந்து எழுதுகிறோம், பவா செல்லதுரையை ஏன் எழுதத் தொடங்கவில்லை என்கிற எண்ணம் மனதில் திடீரென்றுதீப்பற்றிக் கொண்டது. நான் எழுத ஆரம்பித்தால் ஒரு நாவலுக்கான வடிவத்தில் முற்றுப்பெறக்கூடும். எதை விடுத்து எதைத் தொடர்வது என்ற மனக் குழப்பம். நாற்பதாண்டுகால குடும்ப உறவு. ஆரம்பகால எழுத்தாளனாக, கவிஞனாக, மாணவப்பருவ நிலையிலிருந்து கூடவே வேலைபார்த்த அனுபவங்கள், கலை இலக்கிய நிகழ்வுகளின்போது நடைபெற்ற சம்பவங்கள் என ரயில் பெட்டிகளை இணைத்துக்கொண்டு செல்லும் எஞ்சின் போன்ற அனுபவப் பெட்டிகள் என்னைத் தொடர்ந்து துரத்துகின்றன. இவை எல்லாவற்றையும் முகநூல் பக்கங்களில் முடித்து விட முடியாதுதான். ஆனாலும் நீங்கள் பார்த்திராத படித்திராத, பவாவின் மனநிலைப் பதிவுகளாக இதை எழுதுகிறேன். இலக்கியங்கள் சார்ந்த வரிகளாகத்தான் வரவேண்டுமென்ற கட்டாயம் இல்லை. மனதின் தீராத பக்கங்கள் ஜீவன் ததும்பியதாக இருந்தாலே போதும்!

நாற்பது ஆண்டுகளுக்கு முந்தைய சாரோன், திருவண்ணாமலையிலிருந்து இரண்டு கிலோமீட்டர் தள்ளிய, அடர்ந்த மரங்களுக்கு இடையே, ஆங்காங்கே தெளித்த வீடுகள். மலர்களின் வாசனை கூடிய, கிறிஸ்துவ வாசம் மிக்க, சிலுவை சுமந்த வம்சாவழிகள் வாழும் கிராமம். எல்லா வீடுகளும் கான்கிரீட் கட்டிடங்கள் அற்ற எளிய வீடுகள்.... மண் பூசப்பட்ட சுவர்களில் மல்லிச் செடிகள் படர்ந்திருக்கும். காலையும் மாலையும் பறவைகளின் ஒலி இசை பரந்த வானை நிரப்பும். அடர் பச்சை மரங்களுக்கிடையில் வீடுகள், புகை மூட்டத்தின் நடுவே பனிப் படர்வாய் மேலெழும். பூசணிக் கொடிகள், முல்லை, மல்லிகை ஆகியவை மஞ்சம் புல் வேய்ந்த வீடுகளை அழகுறச் செய்யும். தொட்டியில் ரோஜாச் செடிகள், கிறிஸ்துவின் வருகைக்காகக் காத்திருக்கும். மண் பரப்பு வீதிகள், இயற்கைத் தாவரங்கள் மடி விரிக்க அழகுபெறும் சாரோன். வெற்று மண் பூசி, அதற்கு வெள்ளையடித்து மஞ்சம் புல் வேய்ந்தது பவா வீடு! இப்போது இருக்கிற கல் கட்டிட வீட்டைவிட அழகானது. வெயில் காலம் வந்தால் வட்ட வட்ட சூரியன்கள் வீட்டில் ஒளி நிரப்பிக் கொண்டு இருப்பார்கள். இரவில் பௌர்ணமி காலங்களில் வீட்டுக்குள்ளும் பௌர்ணமி. தென்றலும் காற்றும் சமயத்திற்கு தக்கபடி உள்ளே சஞ்சரிக்கும் அழகிய வீடு! கம்பிகள் அற்ற ஜன்னல். இளைப்பாறுவதற்கு மல்லிகைப்பூப் பந்தல் என இயற்கை தேவதை வெளியேயும் உள்ளேயும் குடியிருப்பாள். ஈசி சேரில் தனக்கோட்டி வாத்தியார், 'வாய்யா ஓவியரே' என்பார்! வாசலுக்கு வெளியே தனம்மா, விறகு அடுப்பு எரிய, இட்லியோ, கல் தோசையோ வார்த்துக்கொண்டு மல்லாட்டைச் சட்னியுடன் அன்புடன் அழைக்கும் மாயக்குரலின் நினைவுகள் என்னை இன்னும் பின் தொடர்ந்து கொண்டுதான் இருக்கிறது.

பவாவின் பள்ளிப்பருவம், மீசைக்கும் தாடிக்கும் தடைவிதித்த இளமைப்பருவம். துறுதுறு என்ற கண்களோடு, கூரிய மூக்கால்

மனிதர்களை அளப்பவன். எப்போதும் கவிதை மனம். ஆசிரியர்கள், அவன் வாழும் சாரோன் மக்களைப் பற்றி பல குரலில் பேசி அசத்துவான். பல நேரம் என் ஓவியக்கூடம், சிலநேரம் நண்பர்கள் வட்டம். திண்டிவனம் கல்லூரிக் காலங்களில் தனது அரசியல் பாதையை அறிந்து கொண்டார். அனேகமாக, கல்யாண்ஜி, பழ. நெடுமாறன் தொடர்பு ஏற்பட்டது. சமூக சிந்தனையின் தொடக்கம். பிறகு வெண்மணி, கருப்பு கருணா, ரேணுகோபால், குண்டு பாஸ்கர், பீனிக்ஸ், காளிதாஸ், இவர்களோடு நானும், த.மு.எ.ச இலக்கிய நண்பர்களானோம். கவிதைகள், சிறுகதைகள், உரையாடல் என எவையாயினும் அவற்றை கம்பீரமாக உச்சரிக்கும் குரல் பவாவிற்குச் சொந்தமானது.

பவாவின் வீட்டைப் பற்றின கவிதையோ என எண்ணத்தக்க, ‘ஒழுகும் இடங்களை நோக்கி நகர்த்தப் படும் பாத்திரங்கள்’ என்ற வரிகளும், வறுமையைக் குறித்து ‘குரங்காட்டியின் ஒற்றை வாழைப்பழத்திற்கான கனவு’ கவிதை வரிகளும் இன்னும் நினைவின் குறிப்பேட்டில் பதியப்பட்டுள்ளன. அதனால்தான் நான் பவாவை, சொல்வழக்கில் ‘கவிஞரே’ என்கிறேன். படிக்கிற காலத்திலேயே ‘உறவுகள் பேசுகின்றன’ என்ற நாவலை எழுதி எல்லா சந்தோசங்களையும் அருந்தியவன். இளமைப் பருவத்திலேயே இலக்கிய ஆற்றில் கால்களை நனைத்தபடி கைகளால் இலக்கிய நதியை அள்ளித் தெளித்து அழகு பார்த்தவன். தன் ஒற்றைச் சிந்தனையால் நண்பர்களை, தோழர்களை வாசிப்பு அனுபவங் களுக்குள் அழைத்துச் செல்வான். சுவாரசிய பேச்சாற்றலில் நம்மை வசீகரிப்பான். அவனது தாய் தந்தைக்குப் பின் நிலம், மண் சார்பு இலக்கியம், ஓவியம், கதை சொல்லல் என வட்டார மொழிகளால் தன்னை நிரப்பிக் கொண்டிருக்கிறான். இந்த நாற்பது ஆண்டுகாலம், தமிழகம், கேரளம் என எல்லா ஆளுமைகளையும் எழுத்தாளர்களையும் வாசகர்களையும் நண்பர்களாக காலம் அள்ளித் தந்திருக்கிறது பவாவிற்கு.

வாசிப்பின் தொடர்ச்சியாக, சிறுகதைகள், கட்டுரைகள், அனுபவப் பதிவுகள் குறித்தான நூல்களும் எழுதியுள்ளார். பேச்சாளராக, திரைப்பட நடிகராக கதை சொல்லியாக இன்று உலக வாழ் தமிழர்கள் மத்தியில் தனியிடம் பவாவிற்கு உண்டு. பல போன் உரையாடல்களில் பவாவின் கதை கேட்ட பின் தான் உறங்கப் போகும் அயல்நாட்டில் வாழும் தமிழ்க்குரல்களை அவனோடு சேர்ந்து நானும் கேட்டிருக்கிறேன். இது ஒரு மனிதனின் நேற்றோ இன்றோ நடந்த ஒரு நாள் வளர்ச்சி அல்ல; உணர்வின் முயற்சி.

?எனது ஓவியக்கூடத்தில் கிட்டத்தட்ட இருபது ஆண்டுகளுக்கு மேலாக இலக்கிய ஆளுமைகளைப் பற்றின எண்ணற்ற தகவல்களால் என் விரல் பிடித்து உணர்வால் உரையாடுபவன். எங்கள் பயணம் நீண்ட நெடிய சுவை? நிரம்பிய ஆற்று நீரைப் போல அள்ளிப் பருகக் கூடியது. அன்பின் ஆழம் அதிகமானதா?லோ என்னவோ ஆற்றின் சுழற்சியில் பத்தாண்டு கால இடைவெளி வந்தது. பிறகு என் இரண்டாம் ஆட்டம் எங்களை இணைத்தது. நேசமும் அன்பும் பூக்க ஆரம்பித்துள்ளன. விரல்களும் ஒன்றையொன்று பற்றுகினறன. எதிர்பார்ப்பு இல்லாத நட்பும் உறவும் காலத்தால் காப்பாற்றப்படும் என்பதை உணருகிறோம் தொடர்கிறோம்

ஞானக்கூத்தன்

ஞானக்கூத்தன் கவிதைகள் ஏதோ ஒரு விதத்தில் என்னை ஈர்க்கிறது. மிக எளிமையாக இருப்பது போலவும், நினைவில் வைத்துக் கொள்வது போலவும் எழுதியிருக்கிறார். ஆகவே படிக்கும்போது 'நச்'சென்று பற்றிக்கொண்டது. உதாரணத்திற்கு,

சமூகம் கெட்டுப் போய் விட்டதடா?

சரி...

சோடாபுட்டிகள் உடைக்கலாம்

வாடா...

இவரின் கவிதையாக்க முறை அன்னியமாகப் படவில்லை. இவரது கவிதைகள் வாசகனைச் சிரிக்கச் செய்கிறது. நிறுத்தி எண்ணிப் பார்க்க வைக்கிறது. ஏளனப் பார்வை அவருக்கு உரித்தானது. மயிலாடுதுறையை அடுத்த இந்தளூரில் பிறந்தவர். இயற்பெயர் ரங்கநாதன். அவரே

வைத்துக்கொண்ட பெயர் ஞானக்கூத்தன். சின்ன வயதிலிருந்தே பெயர்களின் பெயரில் எனக்கு ஈர்ப்பு உண்டு. சிந்துபாத், தமிழ்வாணன், சங்கர்லால், சாண்டில்யன் என்ற பெயர்கள் போல ஞானக்கூத்தன் என்னில் ஒருவர் ஆகிப்போனார்.

நாற்பதுகளில் நா. பிச்சமூர்த்தி வழியாக தமிழுக்கு அறிமுகமான புதுக்கவிதை, ஐம்பது அறுபதுகளில் பரவலாக எழுதப்பட்டன. பின் எழுபதுகளில் சி. மணி, பிரமிள், பசுவய்யா, நகுலன், எஸ். வைத்தீஸ்வரன், க.நா.சு என்ற வரிசையில் ஞானக்கூத்தனும் சேர்ந்து கொண்டார். மரபுக்கவிதைகளின் இறுக்கத்தை உடைத்து புதுக்கவிதைகள் உருவாயின. கவிதை என்பது கோவில் பூசாரிகள் உரக்க மந்திரம் ஓதுவது போல மேடைகளில் ஒலிப்பதல்ல; மாறாக, பக்தன் ஒருவன் உள்ளார்ந்து மனமுருகி உணர்வதுபோல வாசித்து உணரப்பட வேண்டியது. புதுக்கவிதை யாப்பைப் புறக்கணித்ததால் மரபாளர்கள் கண்டனம் தெரிவித்தனர். ஆனால் ஞானக்கூத்தன் யாப்பை அழகாக பயன்படுத்திக்கொண்டார். மரபின் தொடர்ச்சியை உள்ளடக்கத்தில் புகுத்தி, அதை நினைவில் வைத்துக்கொள்ளக் கூடியதாகவும் ஆக்கினார். உதாரணத்துக்கு,

'திண்ணை இருட்டில் எவரோ கேட்டார்

தலையை எங்கே வைப்பதாம்.. என்று

எவனோ ஒருவன் சொன்னான்

களவு போகாமல் இருக்க கையருகே வை!'

இது வந்து 40 ஆண்டுகள் ஆகியும் சமகாலப் பொருத்தமுடைய கவிதையாகத் தெரிகிறது. அபத்தங்களைக் கொண்டிருப்பதுடன் அதன்

எதிர்வினையையும் இந்த கவிதையில் காண முடிகிறது. இன்னொரு கவிதை ஒன்றில்...

'எனக்கும் தமிழ்தான் மூச்சு!

ஆனால்

பிறர் மேல் அதை விட மாட்டேன்'.

இந்தக் கவிதையிலுள்ள, எள்ளல், பகடி, கூர்மை ஆகியன தற்செயலானவை அல்ல...

கவிதையின் தொடர் இயக்கத்தின் விளைவு!

இவரோடு எழுத்தாள நண்பர்கள் ஒன்று சேர்ந்து, ஒரு சிற்றிதழ் நடத்தத் தீர்மானித்தனர். ஒருவர் துடைப்பம் என பெயர் வைத்தார். இன்னொருவர் இந்த சமுதாயத்தைச் சுத்தம் பண்ணலாமே என்றார். மூன்றாமவர் முகத்தில் அடித்தாற்போல சுரணை ஏற்படுத்தலாம் என்றார். கடைசியில் ஒருவழியாக வல்லின எழுத்துக்களை ஒருங்கிணைத்து 'கசடதபற' சிற்றிதழ் உருவானது ஒரு சுவாரஸ்யமே!

இவரது 'அன்று வேறு கிழமை' கவிதைத் தொகுப்பில்...

'நாய்' என்ற கவிதையில்...

காலம் கடந்தும் எதிர்மனை பார்ப்பான்

எச்சில் களையைத் தெருவில் எறிந்தான்

ஆள் நடவாத தெருவில் இரண்டு

நாய்கள் தங்களுக்குள் தாக்கிக் கொண்டன

ஊர்துயில் குலைந்து நாய்கள் குறைக்க

அயல் தெரு நாய்களும் ஆங்காங்கு குரைத்தன...

நகர நாய்கள் குறைப்பது கருதி

சிற்றூர் நாய்களும் சேர்ந்து குறைத்தன

நஞ்சை புஞ்சை வயல்களை தாவிக்

கேட்கும் குரைச்சலின்குறைகளைக் கேட்டு

வேற்றூர் நாய்களும் குறைக்க தொடங்கின

சங்கிலித் தொடராய் குறைத்திடும் நாய்களில்

கடைசி நாயை மறித்துக்

காரணம் கேட்டால் என்னத்தைக் கூறும்?

நம் சமூகத்தை சித்தரிக்கும் விதம், பேச்சு மொழியின் லாவகம் இவற்றையெல்லாம் கவிதைகளில் கையாளுகிறார். பழமை என்பது சிறப்பானது என்றாலும், அதன் சிறப்புகளை புதுமைகளால் மட்டுமே மீட்டெடுக்க முடியும் என்ற கருத்துக்களைக் கொண்டவர். ஒவ்வொரு காலத்திலும் ஒரு சிலர் தனித்தன்மை மிளிர எழுதித் தங்கள் மொழியை உயிர்பித்து விடுகிறார்கள். அதில் ஞானக்கூத்தனும் ஒருவர்என்றால் மிகையாகாது.

எஸ். ராமகிருஷ்ணன்

எஸ். ராமகிருஷ்ணன் எனக்கு முதன்முதலில், கோணங்கியோடுதான் அறிமுகம் என எண்ணுகிறேன். இல்லையென்றால் சாரோன். அதற்குமுன் ராமகிருஷ்ணன் எழுத்துக்கள் 'தாவரங்களின் உரையாடல்' புத்தக அறிமுகம். அது என்னவோ அந்தப் புத்தக தலைப்பு மிகவும் என்னை சினேகம் கொள்ள வைத்தது. ஒருவேளை எனக்கு இருக்கும் இயற்கை சார்ந்த மனதாலோ அல்லது அதன் பேரழகில் மயங்கிய சிறு குழந்தையாக இருப்பதாலோ என்னவோ...

அவர் எழுதிய வரிகளில் தோய்ந்து தோய்ந்து எழுந்திருக்கிறேன். தாவரங்கள் பேசக் கூடியது. விசித்திரத் தாவரங்கள் மனுஷாளை போல.... தசைகளும்...என்ற வரிகள் எனக்கு அடிக்கடி நினைவுக்கு வரும். கவிதைகளாய் காய்த்து, அறுவடைக்கு தயாராக இருப்பது அவரது உரைநடை! அழகியல் சூடிக்கொண்ட அவர் வார்த்தைகள் பிடித்திருந்தன. வரிகளில் கிடைக்கும் அருவியின் சாரலைப் போன்றதொரு உணர்வு ... வாசம் எல்லாமும் தான்...

திருவண்ணாமலை மண்ணிற்கு அடிக்கடி வந்து இலக்கிய கூட்டங்கள், எங்கள் பள்ளியின் நூற்றாண்டு விழா, நண்பர்களின் திருமண நிகழ்ச்சிகள்,

கல்லூரிக் கூட்டங்கள், அதுபோக பவா சைலஜா வீட்டின் உறவுக்காரராக தொடர்ந்தது அவரது வருகை... சில இடங்களில் சந்தித்திருக்கிறேன். பழகியிருக்கிறேன். என்ன கோணங்கியோடு எடுத்துக் கொள்கிற உரிமையை எஸ்.ராவிடம் எடுத்துக் கொள்வதில்லை. பார்த்தால் நலம் விசாரித்துக் கொள்வோம். எனது ஓவியத்தின் மீது அவருக்கு அந்தக் காலத்திலிருந்தே ஒரு ஈர்ப்பு உண்டு. சிலாகித்து ரசிப்பார். சமீபத்தில்கூட சென்னை புத்தகக் கண்காட்சியில் திருவண்ணாமலை நண்பர்களோடு சந்தித்தேன். ஒரு எழுத்தாளருடைய எழுத்துகளை நாம் தொடர்ந்து வாசித்துக் கொண்டிருந்தால், எழுத்தாளருடனான தொடர்பை வாசகன் என்ற முறையில் நீடித்துக் கொண்டே போகலாம்.

97-ல் என்று நினைக்கிறேன்... எஸ்.ராவும் கோணங்கியும் ஒரு நாள் என் வீட்டிற்கு வந்து நாள் முழுவதும் என்னோடு இருந்திருக்கிறார்கள். அப்போதுகூட அவர்களுக்கான உரையாடலாகத்தான் அது இருந்தது. நூல்களைக் குறித்தான உரையாடல்கள்... அப்போது என்னுடைய வாசிப்பு குறைவாக இருந்ததால் என்னால் அதில் கலந்து கொள்ள முடியவில்லை. அல்லது உரையாடும் வாய்ப்பு குறைவாக இருந்தது. 'டேய் வாசகா!... உனக்குத்தான் எத்தனை எழுத்தாளர்கள்' என நகுலன் கூறியதாக ராமகிருஷ்ணன் குறிப்பிடுவார். அதை இப்பொழுது என்னால் உணர முடிகிறது. படிக்கவும் படம் வரையவுமே இனி இருக்கிற நாட்களை மனம் ஏற்க ஆசைப்படுகிறது. எப்பொழுதும் சீரான பார்வை கிடைக்கிறது. வெற்றுச் சிந்தனையாளர்களைக் கண்டறிந்து விலக்கி ஒரு தேர்ந்த வாசகனாக உணரமுடிகிறது. மேலும், வார்த்தைகளை அடைகாத்து எழுத முடிகிறது. மனம் அழுக்காவது தடுக்கப்படுகிறது. இவைதானே நமக்கு கலையும் இலக்கியமும் கற்றுத்தந்த பாடம்.

வெளியில் ஒருவன், காட்டின் உருவம், வெயிலைக் கொண்டு வாருங்கள் ஆகிய சிறுகதைத் தொகுப்புகளும், உபபாண்டவம் போன்ற புனைவுகளையும் ஆங்காங்கே நுனிப்புற்களை மேய்வது போலப் படித்திருக்கிறேன். பல சிறுகதைகளை பவாவின் வாய்வழிக் கதைகளில்

உணர்ந்திருக்கிறேன். இந்தப் பத்தாண்டு கால இலக்கிய இடைவெளிகளில் ராமகிருஷ்ணனையும் மறந்து இருக்கிறேன். தொடர்ந்த வாசிப்பும் மிகச் சிறந்த எழுத்து அனுபவமும் ஆளுமையும் கொண்டவர் எஸ்.ரா. வாழ்நாள் முழுவதும் படைப்பிலக்கியத்திற்காக தன்னை அர்ப்பணித்துக் கொண்டவர். வாழ்க்கையின் முக்கியப் பணி எழுத்து மட்டுமே என்று இலக்கியத்தையே ஜீவிதமாய்க் கொண்டவர்.

ஒரு மனிதன், தன் வாழ்நாளில் அதிகபட்சமாக ஐம்பது ஆசிரியர்களிடம் மட்டுமே கற்க முடியும். அதில் கூட பிடித்தமானவர்கள் என்று கணக்குப் போட்டால் ஓரிரு ஆசிரியர்களை மட்டுமே கூற முடியும். ஆனால் ஒரு புத்தகம் ஆயிரம் ஆசிரியர்களுக்குச் சமம் என்கிறார். ஒரு புத்தகம் கையில் இருந்தால் எல்லாவற்றையும் சாதித்து விடலாம் என்கிற நம்பிக்கை உடையவர். வீடு, பண்பாட்டையும், ஒழுக்கத்தையும் மட்டுமே கற்றுத் தரும். ஆனால் புத்தகம் நம் மனதிலுள்ள ஆயிரம் கேள்விகளுக்கு விடை வைத்திருக்கும் என்பார். இப்போது இணையதளத்தின் வழியாகவும் அவரது படைப்புலகம் நம்முள் நுழைகிறது! மனிதத் துயரங்களை, வரலாற்றை, விலங்குகளுக்கும் மனிதர்களுக்கும் உள்ள வேறுபாட்டை நமக்கு அளிப்பது இலக்கியங்கள்தானே.

கடலின் உள்ளிலுள்ள பேரதிர்ச்சியை மேல்மட்டத்தில் காணமுடியாது. அடியாழத்தில் மலை, மூழ்கிய கப்பல்கள், அதனுள் புதைந்திருக்கும் பொற்காசுகள், போர்வீரர்களின் வாள், பெரிய மீன்கள், கடல் ஆழத்தில் முத்துக்கள் மறைந்திருப்பது போல எல்லாமும் புத்தகத்தில் உள்ளது என்ற தத்துவ வரிகளை நெஞ்சில் சுமப்பவர்! 2018-ல் ‘சஞ்சாரம்’ எனும் நாவலுக்காக சாகித்திய அகடமி விருது பெற்றுள்ளார். நெடுங்குருதி, யாமம் நாவல்களும் வெளிவந்துள்ளது. காட்டின் உருவம், தாவரங்களின் உரையாடல், பால்ய நதி என சிறுகதைகள் தொகுப்புகள் வெளிவந்துள்ளன. விருதுநகர் மாவட்டம் மல்லாங்கிணறு இவரது பூர்வீகமாகும். தற்போது சென்னையில் வசிக்கிறார்.

2020

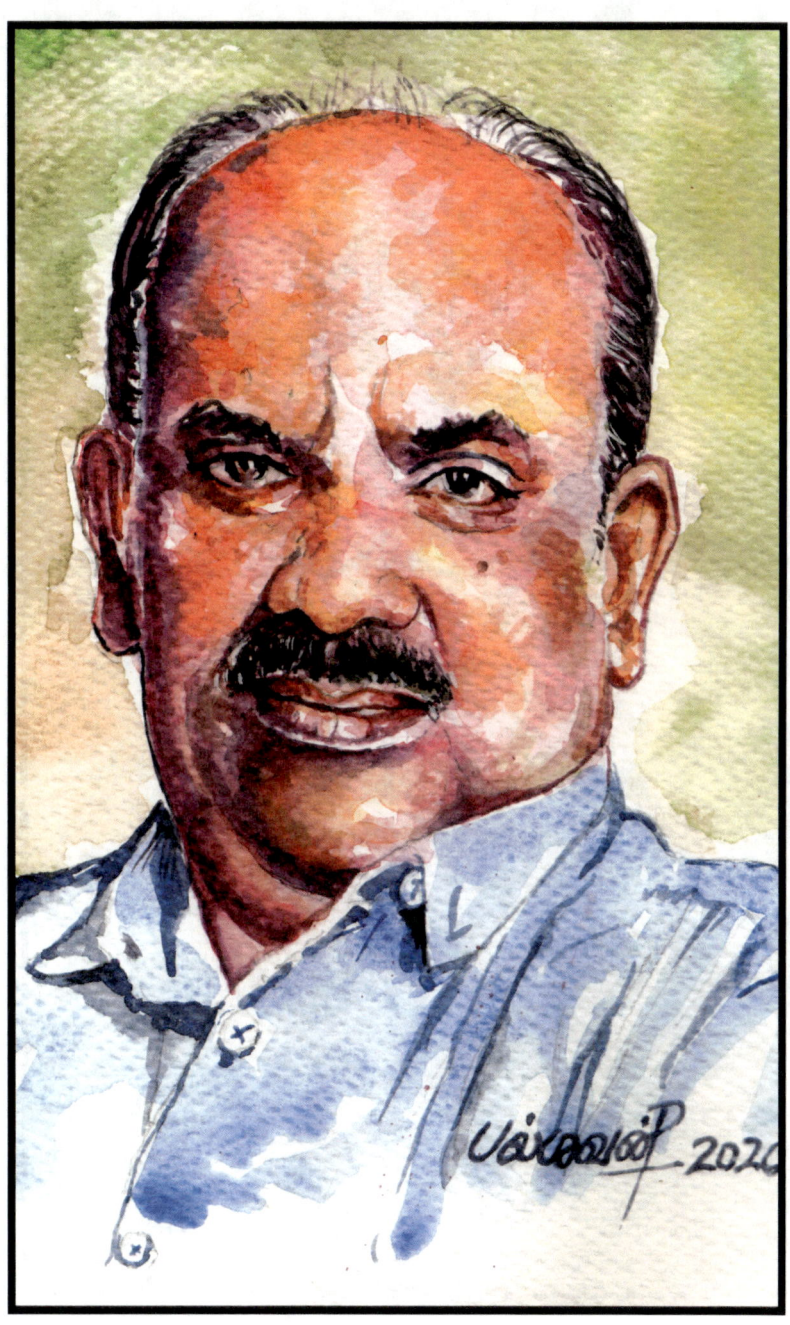

கோணங்கி

ஒருமுறை என் ஓவியக் கூடத்தில் நவீன எழுத்தாளர் கோணங்கி என்னோடு பேசிக் கொண்டிருந்தார். காலை பதினோரு மணி... பள்ளியின் இடைவேளை நேரத்தில். என் ஆசிரிய நண்பர்கள் என் ஓவியக்கூடத்திற்கு வந்து டீ சாப்பிட்டுவிட்டுச் செல்வார்கள். கல்வி என்பது மாணவர்களுக்கு மட்டுமே, நமக்கல்ல என்ற தீர்மானம் உடையவர்கள். ஒருவேளை அவர்கள் படித்தால், அது பிரமோஷனுக்காகவோ இன்செண்டிவ்க்காகவோதான் இருக்கும். இலக்கியம், கவிதை இவையெல்லாம் வேலைக்குச் செல்லாதவர்களின் வெட்டி வேலை என்று நம்பி அக்கருத்தையே வலியுறுத்துபவர்கள்.

அதில் ஒரு ஆசிரியர் கோணங்கியைப் பார்த்து, என்ன வேலை செய்கிறீர்கள் என்று கேட்டார். கோணங்கி, தான் ஒரு எழுத்தாளர் என்றார். அந்த ஆசிரியர் கோணங்கியையும் என்னையும் ஒரு பார்வை பார்த்தபடி சென்றுவிட்டார். அதற்கு கோணங்கி என்னிடம், ஓவியரே அவர்கள்

பயன்படுத்துகிற நாற்காலியும், சம்பள கவரும் அவர்களை இப்படித்தான் பார்க்க வைக்கும் என்றார்.

அப்போதெல்லாம் சாரோன் விஞ்ஞான மாயை முழுவதுமாக புகுந்து கொள்ளாத நேரம். வீடுகள் இயற்கை தாவரங்கள் சூழப்பட்டும், அடர்ந்த மரங்களோடும் காணப்படும். பெரும்பான்மையான வீடுகளில் விறகு அடுப்புகளில் சமைக்கப்படுவதால் மாலை காலை நேரங்கள் புகை மூட்டமாகக் காணப்படும். மண் சுவர்களால் ஆன வீடுகள். தார்ச்சாலையை பறந்து கடக்கத் துடிக்கும் நாட்டுக்கோழிகள் நிறைந்த பகுதி. திருவண்ணாமலையை விட்டகன்ற தனியிடம். அந்தப் பகுதியிலிருந்து வாரத்தில் இரண்டு நாட்கள் அல்லது மூன்று நாட்கள் தனகோட்டி ஆசிரியர் என் கூடத்துக்கு வந்து செல்வார். அவர் ஒரு பழைய சைக்கிளில் வந்து குடும்பக் கதைகள் கொஞ்சம் பேசுவார். அவர் பவாவின் அப்பாவாக இருந்ததால் அப்போது வேலை கிடைக்காத பவா பற்றின தோளில் சுமக்க முடியாத குறைகளையும், எப்போதாகிலும் தன் சட்டைப்பையில் நிறைத்து வைத்திருக்கிற அவனின் நிறைகளையும் சொல்லுவார். அப்படி அவர்களின் வீட்டில் இன்னொரு மகனாக அறிமுகப்படுத்தப் பட்டவன்தான் கோணங்கி.

கோவில்பட்டி சொந்த ஊர் என்றாலும் திருவண்ணாமலையில் இன்னொரு வீடு பவா வீடு. என்னதான் இன்று கல் வீடாக இருந்தாலும், அன்றைக்கு இருந்த மண் வீடு, எனக்குத் தாய் வீடு. பலநேரங்களில் எனக்கு இளைப்பாறுதல் தந்த தாய் மண். நான் சாரோன் பக்கம் போகாத நாளில்லை. பசுமை படர்ந்த கண்கள் பவாவிற்கு. ஆரவாரமில்லாத வார்த்தைகளில் பூத்துச் சிரிப்பான். பல நேரங்களில் கோணங்கியும் அவனோடு.

கோவில்பட்டியிலுள்ள கோணங்கி வீட்டிற்கு ஒருமுறை பவாவுடன் சென்றிருந்தேன். மாடியில் புத்தகங்களோடு கோணங்கியின் தனி அறை

இருந்தது. அப்போது கல்குதிரை எனும் தொகுப்பை கோணங்கி வெளியிட்டுக் கொண்டிருந்த நேரம். சுவற்றில் ஒரு பழைய மது குப்பியில் கொஞ்சம் மயிலிறகு. அது அவரது தாத்தா மதுரகவி பாஸ்கரதாஸ் நினைவுக்காக. ஒரு பழைய பீரோ. அங்கங்கே சிதறப் பட்ட நூல்கள். ஒரு ராஜபாளையம் நாய். கோணங்கியின் எளிமையான ஒரு சிரிப்பு. நான் கோணங்கியின் மதினிமார்கள் கதை படித்திருக்கிறேன். பொம்மைகள் உடைபடும் நகரம், அட்டைப்பட அச்சுறுத்தலோடு புரிந்தும் புரியாமலும் படித்ததாய் ஞாபகம். பாழி என்கிற நூலை கோணங்கி என்னிடம் கொடுத்து இருபது ஆண்டுகள் ஆகிறது. படிக்க இன்றுவரை முயன்று முயன்று தோற்றுப் போய் இருக்கிறேன். பேசும்போது கோணங்கியோடு எவ்வளவு நேரம் பேசினாலும் மாய வார்த்தைகளில் வசியப்பட்டு வார்த்தைகளைத் தொடர முடிகிறது. வாசிப்பு என்று வந்தால் அவன் மொழி என் மூளையைச் சூடேற்றுகிறது. மொழியின் பழமையும் ரசாயன வாடையும் எனக்கு ஒத்து வருவதில்லை.

மீடியா வெளிச்சம் தன் மீது படிவதை விரும்பாதவன். ஓவியர்கள், கவிஞர்கள், ஆதிவாசிகள், காட்டுப் பகுதிகள், பாறைகள், குகைகள், மணல் பரப்புகள், கடற்கரைப் பகுதிகள் என சுழற்சியால் அமைந்தது கோணங்கியின் வாழ்க்கை.

கலையின் அதீத நிஜப் பரிமாணத்தைக் காணத் துடிப்பவன். இசை அகராதிகளில் மடித்து வைக்கப்பட்டிருக்கிற படிமச்சுருள்கள் மயிலிறகு போல அவனது மன அறைகளில் வருடிக் கொண்டே இருக்கிறது. இசைக்குள் மறைந்த மதுரை மாநகரை மீட்டப் பார்க்கிறான். அவனது ஆன்மாவின் ரத்த வேர்க்கிளைகளில் மொழியின் விதை முளைக்க பார்க்கிறது. அவனின் எழுத்து அதிரும் கோடுகளாலானது. பெரும்பாலும் கூட்டங்களில் பேச மாட்டான். பேசினால் அதற்குப் பிறகு கூட்டம் கனத்த இதயத்தோடு கலைந்து செல்லும்.

கோணங்கியின் சிறுவர் உலகம் பழைய நீராவி இன்ஜின்களால் இயக்கப்படும் அழகு மிகுந்த ரயில் பெட்டிகளைப் போன்றது. எப்பொழுதுமே தன் ஜோல்னாப்பைகுள் குழந்தையின் மனங்களை நிரப்பிக் கொண்டு அலையும் பயணக்காரன். தனக்குப் பிடித்தம் இல்லாத இடங்களில் ஒருபோதும் இருக்க மாட்டான். அவன் ஒரு மாயக் கலைஞன்.

வேல ராமமூர்த்தி

நேற்றைய முன்தினம் நட்பின் உறுதியோடு ‘வேலா’ என்றேன்! கம்பீரமான குரல் வேல ராமமூர்த்தியினுடையது. ‘பல்லவா’ என்ற குரலில் பாம்பன் பாலத்தைப் போன்ற உறுதியும் இருந்தது. நட்பின் தரம் இருந்தது. ஓரிருமுறை செல்போன் தொடர்புகளைத் தவிர, பார்த்துப் பேசி இருபது ஆண்டுகள் ஆனது.

வேலாவை நண்பன் எனலாம்; தோழன் எனலாம்; திரைக் கலைஞர் எனலாம். ஆனாலும் எனக்கு பிடித்த எழுத்தாளன். அப்போது ராமநாதபுரம் மாவட்ட அறிவொளி இயக்க ஒருங்கிணைப்பாளராக இருந்தார். நான் பத்து நாட்கள் அங்கேயே தங்கியிருந்து ராமநாதபுர மாவட்ட அறிவொளி இயக்க பேனர்கள் எழுதப் போனேன். பெரிய பெரிய பேனர்களில் படம் வரைந்தேன். அந்த மாவட்டத் தோழர்களுக்கும் நண்பர்களுக்கும் உறவாகிப் போனேன். போன புதிதில் அந்த மாவட்ட நண்பர்களுக்கும் எனக்கும் பேசுகின்ற மொழியில் சிக்கல் வந்தது. நான் பேசுவதை எல்லோரும் வியப்பாகப் பார்த்தார்கள். ஒரு தோழர், ‘ஏனுங்க... நீங்க

என்ன சிலோன் அகதிகளா? நீங்கள் பேசுவது சிலோன் பாஷைபோல இருக்கிறது' என்றார்!

நானும், 'இல்லிங்க... வடார்க்காடு மாவட்ட அகதி என்றேன் விளையாட்டாக'. சிரிப்பொலி அடங்க வெகு நேரம் ஆயிற்று. என்ன அவர்கள் பேசுகிற தமிழ் மொழி சற்று நீட்டமாக இருக்கிறது; ராகம் இழுத்துப் பேசுகின்றார்கள். நமது தமிழ் சட்டுப்புட்டுன்னு முடிந்துவிடுகிறது.

மிகப்பெரிய அளவில் பேனர்களை வரைந்து ராமநாதபுரத்தை ஒரு கலக்கு கலக்கி அசத்தினோம். வேல ராமமூர்த்தி பெரும்பாலும் என் கூட இருந்து எனக்குத் தேவையான எல்லா உதவிகளையும் செய்து முடித்தார். மாலை நேரங்களில் பாம்பன் பாலம், கீழக்கரை போன்ற பகுதிகளுக்கு ஜீப்பில் அழைத்துச் செல்வார். கதை சொல்வதிலும் கேட்பதிலும் ஒரு குழந்தையைப் போல ஆர்வம் காட்டுவார். என்னை மனதுக்குப் பிடித்த சினேகிதனைப் போல விரல் பிடித்து அழைத்துச் சென்று ராமநாதபுரம் நண்பர்கள், தோழர்களிடம் அறிமுகப்படுத்தினார்.

'முகமூடி' அணிந்து வருகிற எழுத்துக்கள் ஓரிரு வரிகளில் வாசகனுக்கு புரிந்துவிடும். படிக்க மனம் வராமல் தள்ளிவைத்து விடுவான். அதன் லட்சணமே அவ்வளவுதான்! ஆனால் சிலரது எழுத்துக்கள், உண்மையான விஷயங்களை, தசை நரம்புகளில் ஓடும் ரத்த ஓட்டத்தில் கலந்து, உயிரின் ஜீவிதக்காற்றை கலாபூர்வமாக சுவாசக் காற்றாய் மாற்றும் வலிமை மிகுந்தது. அப்படிப்பட்ட எழுத்தாளர்தான் வேல ராமமூர்த்தி.

ஆறடி உயரத்துக்குக் குறையாத கம்பீர உருவம். சிரிக்கும்போது கண்களின் ஈரம் மனதின் ஈரத்தைக் காட்டும். கவிச்சி வாசமும் ரத்தக்கரை படிந்த எழுத்துகளும் அந்தப்பகுதி மக்களின் துயரங்களும் அவரது கதைகளில் இருக்கும். மானுடத்தின் மீது அமானுஷ்ய சக்தி கொண்டவை அவரின் எழுத்துக்கள்.

அவருடைய சிறுகதைகள் தாய், செம்மலர், சுபமங்களா போன்ற பத்திரிகைகளில் வெளிவந்தன. பிறகு ‘நீளும் றெக்கை’, ‘வேலராமமூர்த்தி கதைகள்’ என தொகுப்புகளாகவும் வந்திருக்கினறன. சுனை, நீளும் ரெக்கை, யானை யானை, கூண்டை விட்டு வெளியே போன்ற கதைகளைப் படித்திருக்கிறேன்.

‘வீட்டில் வறுமை இருந்தது; வீடு அடமானத்தில் இருந்தது’, ‘வட்டி வசூலிப்பவர் போல மாதாமாதம் வலிப்பு வந்துவிடுகிறது’ போன்ற வரிகள் நச்சென்று நினைவிற்கு வருகின்றன.

கருவக்காட்டு மனிதர்களை, கதை வடிவங்களில் கால்தடம் பதிய விட்டு இருக்கிறார். யுகயுகமாய் பனை மரங்களிலும் மரக்காடுகளிலும் நடந்து தேய்ந்த கால் பாதங்களில் கசியும் ரத்தம் நிறைந்த வலிகளுக்கு ஒத்தடம் கொடுக்கிறார். கோபாவேசம் கொள்கிறார்.

காவல்நாய்களுக்குப் பயந்து ஓடும் இருளாண்டித்தேவர்களை மானுடத் தன்மையில் அன்பு பெருக்கெடுத்து ஓடும் கோபம் கொண்ட எழுத்துக்களாக எழுதித் தீர்க்கிறார். பிற்படுத்தப்பட்டவர்களுக்கும் தாழ்த்தப்பட்டவர்களுக்கும் உரிமைக்குரல் கொடுக்கிறது இவரது பேனா. அசலான வாழ்வைக் கலையாக்கி வெற்றி பெற்றிருக்கிறார்.

ராமநாதபுரம் பெருநாழியில் பிறந்தவர். பட்டத்து யானை, குற்றப்பரம்பரை, குருதி ஆட்டம் ஆகிய நாவல்கள் எழுதியிருக்கிறார். ராணுவத்திலும் அஞ்சலகத்துறையிலும் வேலையில் இருந்தார். இப்பொழுது இருபது திரைப்படங்களுக்கு மேல் நடித்து தன் திறமையை வெளிப்படுத்தி வருகிறார்.

2020

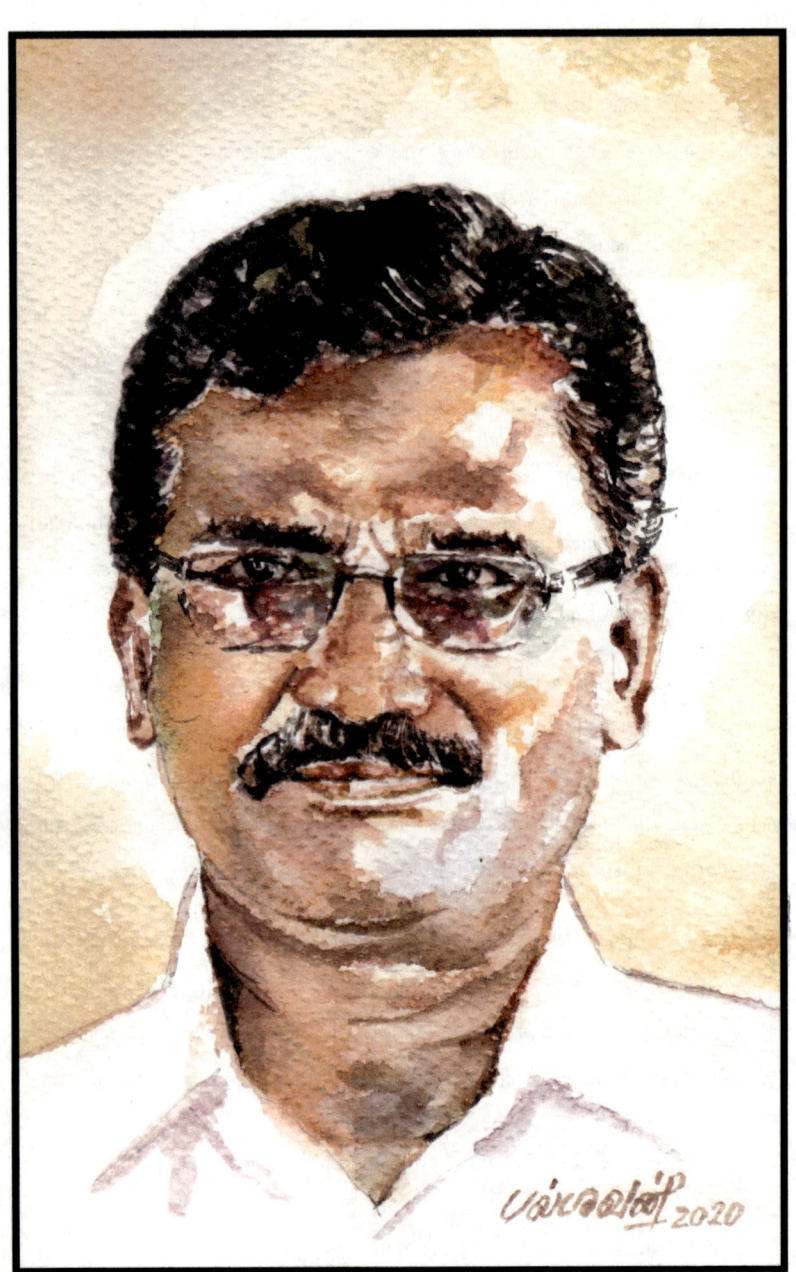

கலாப்ரியா

98 நாங்கள் எல்லோரும் ஒற்றுமையோடு செயல்படுகிற காலங்களில் திருவண்ணாமலை டேனிஷ் மிஷன் பள்ளி வளாகத்தில் மாதம்தோறும் மாலை வேளைகளில் 'முற்றம்' என்ற அருமையான இலக்கிய நிகழ்வுகள் நடைபெறும். தமிழகத்தின் இலக்கிய ஆளுமைகள் கி.ரா., ஜெயகாந்தன், பிரபஞ்சன், சுந்தர ராமசாமி, திலகவதி ஐபிஎஸ் போன்றவர்கள் மட்டுமன்றி, பிற மாநில எழுத்தாளர்கள் பால் சக்காரியா, பாலச்சந்திரன் சுள்ளிக்காடு, பாவண்ணன் என பட்டியல் நீண்டு கொண்டே போகும்.

ஒரு முறை கவிஞர் கலாப்ரியாவை அழைத்திருந்தோம். ஆங்காங்கே சில பேனர்களும், நூறு பெரிய போஸ்டர்களும் அச்சடித்து நகர் முழுதும் ஒட்டினோம். அன்று மாலை என்னோடு மேடைக்குச் செல்லும் முன், பள்ளி வளாகத்திற்கு முன் என் ஓவியக்கூடம் அமைந்திருந்திருந்ததால் டீ குடிக்கலாம் என வெளியில் வந்தோம். பேனர்களையும் போஸ்டர்களையும் பார்த்துப் பிரமித்துப் போனார் கலாப்ரியா! ஒரு கவிஞனுக்கு இவ்வளவு பெரிய வரவேற்பை நான் பார்த்தது இல்லை என்று

குழந்தை ஆனார். அந்த போஸ்டரில் ஒன்றை எனக்கு மடித்துத் தாருங்கள். எங்கள் ஊருக்கு எடுத்து போய் என் நண்பர்களிடம் காட்டப் போகிறேன் என்றார். எங்களிடம் கைவசம் ஒரு போஸ்டர்கூட இல்லை. நைசாக ஒரு ஆளை அனுப்பி சுவற்றில் இருக்கிற போஸ்டரைக் கிழியாமல் பெயர்த்தெடுத்து அவர் பையில் மடித்து வைத்துக் கொடுத்தனுப்பியது தனிக்கதை.

ஒரு கலைஞன் குழந்தையாக மாறி கேட்ட விதம் இருக்கிறதே... ச்சே... அது வெள்ளந்தியான மனுஷனால் மட்டுமே முடியும். சட்டென அவரின் இந்தக் கவிதை நினைவுக்கு வருகிறது......

சாப்பாடில்லாத பிள்ளைகள்

புழுதிக் காலுடன்

அடுப்பெரிகிறதை

வந்து வந்து பார்த்து

விளையாடப் போகும்

பசியை வாசல் படியிலேயே

விட்டு விட்டு!

புதுமைப்பித்தன், வண்ணநிலவன், விக்ரமாதித்யன், கலாப்ரியா ஆகியோரின் படைப்புகள், ஒரு அக விசாரணையாக, காதலாக, அவல தரிசனமாக, கழிவிரக்கமாக வெளிப்படுவதன் நோக்கமே, தான் வாழ்ந்த திருநெல்வேலி மண்ணில் இருந்து மீள்வதற்கான எதிர்வினை ஆற்றல்தான் என்று கருதுகிறேன். இன்று அதுதானே என்னையும் என் ஓவியங்களையும் என் வாழ்க்கையின் அனுபவங்களையும் சேர்த்து படைப்பு மனநிலையை

உருவாக்குகிறது. அதன் மூலம் மனதிற்கு மயிலிறகால் மருந்து தடவுகிறது. புறக்கணிக்கப்பட்ட அன்பை... பட்ட துயரங்களை... வாழ் தடங்களில் இடற விட்டவைகளை எழுத்துக்களால் மட்டுமே கழுவித் தீர்க்க முடியும் என்பதை இப்போது உணர்கிறேன். பவா செல்லதுரை தன் இரண்டாம் ஆட்டத்தில் கிண்டலாக சொல்லுகிற ரகசிய காதலியைப் போல வாழ்வின் அனுபவங்களை, தத்துவங்களாக நரம்பு மண்டலங்களில் தூண்டிச் செல்பவர் கண்ணதாசன். எழுத்துக்கள் என் சிந்தனை நரம்புகளில் கருவுறுகிறது.

எழுத ஆரம்பிக்கிறபோது எதையும் தீர்மானித்து எழுதுவதில்லை. கொஞ்சம் கொஞ்சமாய் வார்த்தைகள் வரிகளாக ஆகிறது. வரிகள் வாக்கியமாய்... சொற்றொடராய் மாறிப்போகிறது! கலாப்ரியாவைப் பற்றிக் குறிப்பிடும்போது ...

பாட நினைத்தது பைரவி ராகம்

பாடி முடித்தது யாவும் சோகம் ..

என இசைத்தட்டில் வெளிவராத கண்ணதாசன் வரிகள் நினைவுக்கு வருகிறது. கால மாற்றம் ஏற்படும்போது, செல்வமெல்லாம் இழந்த குடும்பத்தின் மையம்தான் இவரது படிமங்கள். இழப்புகளின் நுட்பமான பார்வையாளனாக மாறுகிறார்... மெல்ல... மெல்லம

சோமசுந்தரம் என்ற இயற்பெயர் உடையவர். சந்திரமுகி போலமாறி லகலகவென 'கலாப்ரியா' ஆகிறார். நவீன கவிதை என்கிற அரண்மனைப் பேய் அவரை ஆட்டுவிக்கிறது. புதுக்கவிதை அவர் வசமாகிறது. இதோ... 'விதி' என்கிற கவிதையில்,

அந்திக் கருக்கலில்

இந்த திசை தவறிய

பெண் பறவை

அதன் கூட்டுக்காய்

தன் குஞ்சுக்காய்

அலைமோதி கரைகிறது.

எனக்கதன் கூடு தெரியும்

குஞ்சு தெரியும்

இருந்தும்

எனக்கதன்

பாஷை புரியவில்லை !

இதை விட படிமங்களை எப்படிச் சொல்லிவிட முடியும்? வாழ்வின் துயரங்களை கேலி செய்யக் கற்றுக் கொள்கிறவன் கலைஞன் ஆகிறான். தன் நினைவை அடையாளம் காட்டும் முயற்சியில் வெற்றியும் கொள்கிறான். புதுக்கவிதையில் நுட்பமான அடையாளங்களாக சமகால வாழ்வை யதார்த்தச் சித்திரமாக முன் வைக்கிறார்.

அழகாயில்லாததால்

அவள் எனக்கு

தங்கையாகிவிட்டாள்!

என்கிற கவிதைப் போக்கும் ......

கொலு வைக்கும்

வீடுகளில்

ஒரு குத்துச் சுண்டல்

அதிகம் கிடைக்குமென்று

தங்கையை

தூக்கமுடியாமல்

தூக்கி வரும்

அக்கா குழந்தைகள்

என்ற கவிதையும் சொல்லவேண்டியதை ஆரவாரமில்லாமல் சொல்லி முடிகின்றன.

கிட்டத்தட்ட முப்பதுக்கு மேற்பட்ட நூல்கள் எழுதியுள்ளார். கவிதைகள், கட்டுரைகள், திறனாய்வுகள், இளமைக்கால நினைவுகள் என படைப்புகள் வெளிவந்திருக்கின்றன. தாமிரபரணி ஆற்றின் தெளிந்த நீரைப் போல, தெளிந்த அன்பிற்குச் சொந்தமானவர். அவரைப் பார்த்து 20 ஆண்டுகள் ஆகிறது. மனம் படைப்பில் ஒன்று சேருகிறது.

அழகிய பெரியவன்

அகத்தூண்டுதலும் புறச்சூழலுமே எழுதக் காரணமாக அமைகிறது என்கிறார் அரவிந்தன் எனும் அழகிய பெரியவன். வேலூர் அடுத்த பேரணாம்பட்டு பகுதி சார்ந்தவர். கூர்ந்து பார்க்கிற மனசும் படிக்கச் சுவை கூட்டுகிற வரிகளும் வார்த்தைச் செறிவுகளும் மிக அழகாய் வாய்த்திருக்கிறது இவரது எழுத்துப் பயணத்தில்.

சிறுவயதிலிருந்து, மென்மை உணர்வு உள்ளவர்கள், நகைச்சுவை உணர்வு உள்ளவர்கள், பங்கிட்டுக் கொள்ள இயலாத தனிமையுணர்வு உள்ளவர்களை ஏதோ ஒன்று பிடித்துக் கொள்ளுகிறது. சிலருக்கு இசை, கவிதை, ஓவியம், கதை, எழுத்து, கதைச் சொல்லல்... இப்படி அவர்களின் நிழலாகத் தொடர்ந்து, பின் அவர்களின் நினைவுகளாகி... கலையாகிறது. கலைஞன் ஆகிறான்; அதனைத் தொடர்ந்த செயல்பாட்டாளனாகிறான்.

வறுமையின் கோரப் பிடியில் நான் ஆறாம் வகுப்பில் ஹாஸ்டலில் தவித்தேன். என் நோஞ்சான் உடம்பிற்கு மெய்க்காப்பாளராக என் ஓவிய விரல்கள் வாய்த்தன. என்னைப் பாதித்தவற்றை ஓவியக் கோடுகளாக

நோட்டுப் புத்தகங்களில் வரைந்து, நிழலாய்த் தொடர்ந்த ஓவிய நினைவை வாழ்க்கைப் பயணமாக அமைத்துக் கொண்டேன். எந்தக் கலையும் ஒரு போதும் அதனோடு தொடர்பு உடையவனைக் காயப்படுத்தாது; கேலிபேசாது. போலியான நட்பைப் போல, உறவுகளைப் போல கலை நம்மை ஏமாற்றுவதும் இல்லை. இன்னும் சொல்லப்போனால் நம்மை ஒருபோதும் புறக்கணிப்பதும் இல்லை. அவை நம் கருத்துக்களை, கலைப்படைப்புகளை பரிமாறிக்கொள்ள காலப்பெட்டகமாக அமைந்து போகிறது.

அப்படித்தான் அழகியபெரியவனை தான் இளமைக்காலத்தில் கேட்ட கதைகளும், கல்லூரிக் காலங்களில் வாசித்த ஜெயகாந்தனின் 'நந்தவனத்தில் ஒரு ஆண்டி'யும் பாதித்திருக்கிறது. காலப்போக்கில் தன் பாட்டி சொன்ன கதைகளோடு, லா. ச. ரா., புதுமைப்பித்தன், பிரபஞ்சன், கி. ரா, வண்ணநிலவன் போன்றவர்களை வாசித்து தன் அரசியல் பார்வையையும் சேர்த்து விசாலப்படுத்திக் கொண்டார். இவருக்கு தன் ஊருக்கு பக்கத்தில் உள்ள மாங்குப்பம், தேவலாபுரம் மக்களின் சுடுகாட்டுப் பெரு மரங்களைக் கடக்கும் பொழுது ஜெயகாந்தனின் வெட்டியான் கதை நினைவில் தொடரத் தவறுவதில்லை. வாசிப்புப் பழக்கத்திற்கு முழுவதுமாய் வேலூர் பகுதி நூலகங்களைப் பயன்படுத்திக் கொண்டுள்ளார்.

தன் ஏழ்மை நிலை, கல்லூரி முடித்த பின்னும் துரத்தவே தொண்டு நிறுவனம் ஒன்றில் வேலை பார்த்துக்கொண்டே, மேலாண்மை பொன்னுச்சாமி போன்று அதிக மனிதர்களைச் சந்தித்தும், பல ஊர்களில் சுற்றியும், அனுபவங்களைச் சேகரித்துள்ளார். அங்கிருந்து தன் கதை மாந்தர்களை உயிர்த்தெழுதலின் நம்பிக்கையாய் உயிர்ப்பிக்கிறார். தமிழ் தேசிய அமைப்பு, மார்க்சிய, பெரியார், அம்பேத்கர் அமைப்புகளுடன்

நெருக்கத்தைப் பேணுகிறார். வேலூர் மாவட்ட கலை இலக்கிய தோழர்களின் நட்பு வட்டம் உருவாகிறது.

1997 கணையாழி இதழில் வெளியான. 'தீட்டு' கதை இவருக்கு அடையாளத்தைத் தருகிறது. வேலூர் பகுதிகளில் வாழும் மனிதர்களின் சொல்லாடல்கள், மனதுக்கு நெருக்கமான இயல்புவாத நடை. அரசியலோடு அழகியலும் கலந்து படைப்புகளை உருவாக்குகிறார். கிட்டத்தட்ட அறுபது சிறுகதைகளும் ஆறு குறுநாவல்களும் எழுதியுள்ளார். இவர் எழுதியவற்றில் தீட்டு, குறடு, வனம்மாள், தோப்பு, புளியம் பூக்கள், வண்ணத்துப்பூச்சிகள் பறந்துவிட்டன, வீச்சம் போன்ற கதைகளைப் படித்திருக்கிறேன். வேலூர் வட்டாரமொழி என்னை இளமையில் அடை காத்தது. அதை நினைவு கூர்கிறது இவரது கதைகள்.

பல விருதுகள் பெற்றிருந்தாலும், பழகுதற்கு எளிமையானவர் அழகிய பெரியவன். 'தீட்டு' கதையில் மனித வாழ்க்கை வஞ்சித்த காமாட்சியின் இருளடைந்த பகுதிகளுக்குள் தன் எழுத்து என்கின்ற லாந்தர் விளக்கின் துணையுடன் நுழைகிறார். ஒளியால் இருட்டை விலக்கிப் பார்க்கிறார். அவர்களின் பாடுகளை மட்டுமன்றி அவர்களின் விரல் பிடித்து வெளிச்சத்திற்கு கொண்டுவரும் உணர்வையும் ஏற்படுத்துகிறார். இன்றைய கதைப்பரப்பில் எளிய நடையில் எல்லோரையும் வசியப்படுத்துகிறார்.

குழந்தைகளுக்கு நட்சத்திரங்கள் பறித்துத் தரும் மனசுக்காரன் அழகிய பெரியவன். நிலவை பிடித்து பாடம் சொல்லும் கதை மாந்தன் இவர். வரிசையில் நிற்க வைத்து வேடிக்கை பார்க்கும் வகுப்பறைகள் எப்படி ஒத்துப் போகிறதோ.... ஆச்சரியம்தான்!

வண்டி வண்டியாய் வண்ணக்கனவுகளோடு வாழ்பவனை தினம் தினம் படைப்பு மந்திரம்தான் உயிர்ப்பிக்கிறது. நித்தமும் அந்தக் கதகதப்பில் உறங்கி எழுகிறான்.

தோப்புகளும் மரங்களின் அடர்த்தியால் எழுப்பப்படும் ஒலிகளும் சின்னச் சின்ன பறவையினங்களின் கிரீச் கிரீச் என்ற சத்தமும் விரிந்த வானமும் விளிம்புநிலை மனிதர்களின் வாழ்வியலும் இவரது கதைத்தளமாகும்.

2020

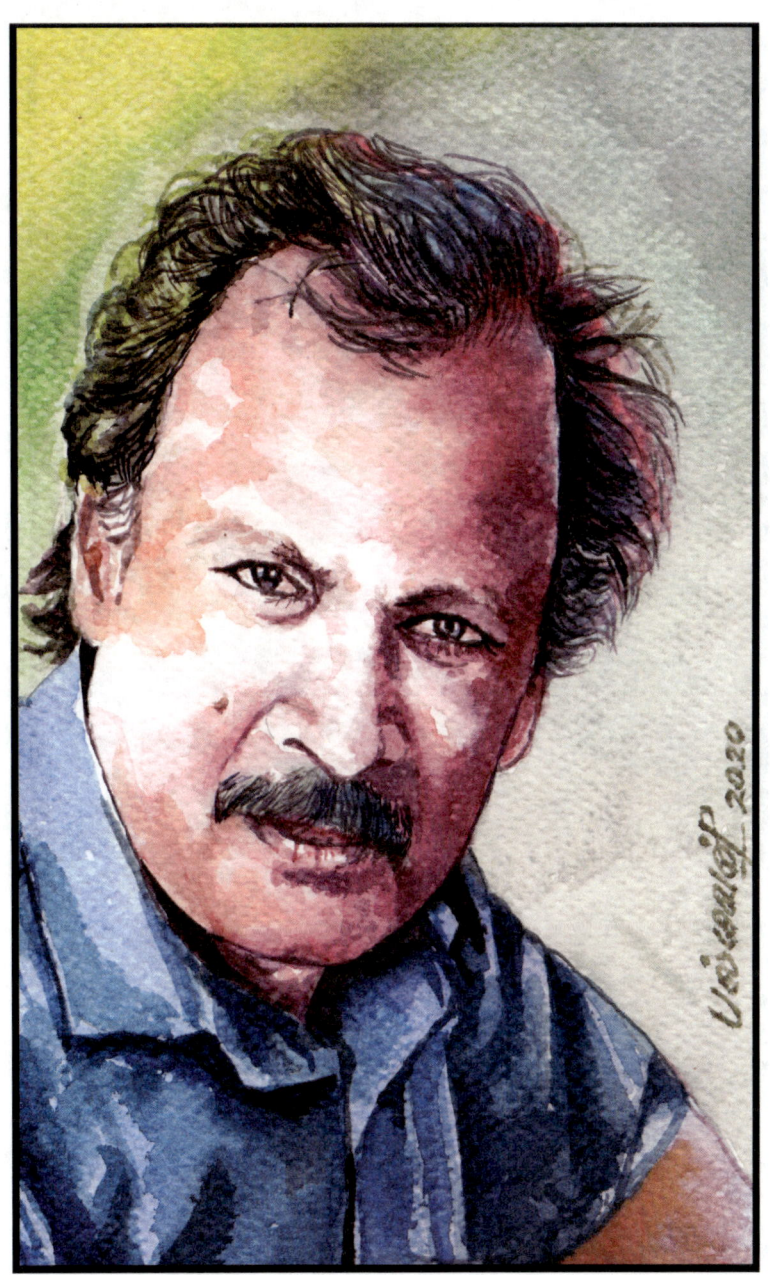

அ. வெண்ணிலா

அனேகமாக 1991-92களில் அறிமுகமாகி இருக்கலாம். ‘பூங்குயில்’ என்கிற சிறு பத்திரிகையில் கவிதைகள் எழுதிக் கொண்டிருந்த இலக்கியத் துளிர் விடும் பருவம் அவருக்கு. சரியான வருடம் என்னவென்று கணக்கு வைத்துக் கொள்ள முடியவில்லை. கணக்குப்பிள்ளைகள் போல காலம், நேரம், வருடம் ஞாபகத்தில் இல்லை. அதேபோல் வட்ட அளவிலான நிகழ்வா அல்லது மாவட்ட அளவிலான நிகழ்வா என்றும் தெரியவில்லை. நினைவுகள் எழுத்தாய் சூல் கொள்ளும் பொழுது நிகழ்வுகளை மட்டுமே சொல்ல முடிகிறது.

இலக்கியம் என்பதே உயிர்ப்பு கொள்ளச் செய்வதுதானே! செய்யாறில் ஐ.டி.ஐ. வளாகத்தில் அன்றைய தமுஎச நிகழ்வுகளில் ஒன்றான கவிதைப்பட்டறையாக இருக்கலாம். அல்லது இலக்கிய நிகழ்வாக இருக்கலாம். அந்த நிகழ்வில் அ. வெண்ணிலா துறுதுறு என்று கேள்விகளை எழுப்பி, எல்லோரையும் கவனிக்க வைத்து விட்டார். பதில்களைக் கேட்டு, வகுப்பில் முதல் மதிப்பெண் பெறும் மாணவியைப் போல அசத்தினார்.

பிறகு அடிக்கடி தமுஎச நிகழ்வுகள் என ஆண்டுக்கு நான்கு முறையாவது நட்பும் தோழமையும் கைகுலுக்கிக் கொண்டன.

வெண்ணிலாவும், முருகேசும் வெளியூரில் இருக்கிற சொந்தங்கள் போல, 'ஓவியர்' என அன்பாக அழைப்பார்கள். ஒருமுறை வந்தவாசி திண்ணை நிகழ்வில் ஓவியம் பற்றி பேசியிருக்கிறேன். சேத்துப்பட்டு அருகில், காடு வயல் சூழ்ந்த இயற்கையெழில் மிகுந்த இடத்தில் இரண்டு மிகப் பெரிய அய்யனார் சிலைகள் இருந்தன. அந்த இடத்தில் ஒரு இலக்கிய நிகழ்வு நடத்தினார்கள். வந்தவாசியைச் சேர்ந்த இலக்கியத் தோழர்கள். காலம் பிறகு எல்லோருக்குமான வாழ்க்கைப் பயணத்தைத் தொடங்கிவைக்க, அவரவர்களுக்கான பாதை உருவானது. இலக்கியப்பயணத்தில், வெண்ணிலா எழுத்துக்களுடனான வாழ்வு என இருபதாண்டுகளில் வாசிப்பும் எழுத்தும் என்று தன்னை உயர்த்திக் கொண்டார். APC பதிப்பகம் உருவாக்கி நூல்களும் வெளியிட்டுக் கொண்டு வருகிறார்.

மனிதமனம் ரொம்ப மென்மையானதுடன் அழகானதும் கூட. அது அழகின் நேர்த்தியுடன் கவிதைகள், கடிதங்கள், கட்டுரைகள், ஓவியங்கள், பாடல்கள் என எல்லாவற்றையும் வெளிப்படுத்தும் இலக்கியத் தாவரம். சமநிலை அடைந்த மனதுதானே கலைகளாலான ஒரு செடியை வளர்த்து பூக்கச் செய்கிறது. அந்த வாசம் பிறரால் நுகரப்படுகிறது. பாரதி, புதுமைப்பித்தன் போன்றோர் கடைசிவரை அந்த மனம் வாய்க்கப் பெற்றவர்கள் தானே!

அப்படி வாய்க்கப் பெற்றவர்கள் சிலரே! அதில் தாவணிப்பருவத்தில் பேனாபிடித்து, எழுதத்துவங்கி இப்போது முந்தானையில் முடிச்சுப்போட்டு வைத்துக்கொண்டு எழுதுகிறார் வெண்ணிலா!

ஆசிரியர் பணியுடன் ஆரம்ப காலத்தில் கவிதைகள், கடிதங்கள்,

கட்டுரைகள் என தொடங்கி தற்போது திறன்மிகு படைப்பாளியாக வெளிப்பட்டுள்ளார்.

ஆதியில் சொற்கள் இருந்தன, நீரில் அலையும் முகம், கனவிலிருந்து கூடு எனத் தொடர்ந்து மரணம் ஒரு கலை, தேவரடியார் கலை, கங்காபுரம் நாவல் என பதினேழு நூல்களுக்கும் மேல் எழுதியுள்ளார்.

புதுமைப்பித்தனின் கண்மணி கமலாவுக்கு போல, முருகேஷின் காதல் கடிதங்களை மனித துயரின் தனிமையைப் பாதுகாக்கும் பெட்டகமாக வைத்திருக்கிறார். ஆற்றல்மிக்க எழுத்தாளுமையாக இருக்க வேண்டும் என்கிற பேராவல் உள்ளவர். பெண்ணியம் சார்ந்த கருத்துக்களை முன் வைப்பவர். இலக்கியம், வரலாறு தொடர்பான தொகுப்புகளையும் எழுதி வெளியிட்டுள்ளார்.

'தேவரடியார்' ஆய்வு நூல் இவருக்கு ஆய்வுப் பட்டம் பெற்றுத் தந்துள்ளது. 'ஆனந்தரங்கம் பிள்ளை தினப்படி சேதிக்குறிப்பு' என்ற நூலை இவரும் முனைவர் மு. ராஜேந்திரன் இ.ஆ.ப. அவர்களும் இணைந்து பதிப்பித்துள்ளனர். நான்கு ஆண்டுகள் உழைப்பு என்றாலும் ஒருவருட கூட்டுப்புழு வாழ்க்கை என்கிறார். அகநி பதிப்பகம், புத்தகக் கண்காட்சி, புத்தகங்களோடு வாழ்க்கை, எழுத்தாளர்களோடு தொடர்பு, நிறைய நட்பு வட்டாரங்கள் என வாழ்பவர்.

குதிரைகளின் குளம்போசையும், அரசர்கள், போர்வீரர்களின் வாள் வீச்சும் எப்போதும் இவர் மனப் பதிவுகளில் ஓசையிட்டுக் கொண்டே இருக்கிறது. அரண்மனைகளின் ஆடம்பர வாழ்வு இவரின் இளமைக்காலச் சுவடுகளாய் பதிந்திருக்கிறது. அரசர்கள் காலத்துப் பிரமிப்பில் வரலாற்றுப் பக்கங்களில் மனதைத் தொலைத்து ஆர்வம் காட்டுபவராக இருக்கிறார். 'மனித மனம் எல்லா காலங்களிலும் ஒன்று போலதான் இருந்திருக்கிறது... விதிகளையும், விலக்குகளையும் உருவாக்கிக்கொண்டு' எனும் அ. வெண்ணிலா நிறைய... நிறைய... சாதிக்கட்டும்!

நாஞ்சில் நாடன்

எனக்கு எழுத்தாளர் நாஞ்சில் நாடன் எந்த விதத்திலும் நேர்முக அறிமுகமோ பழக்கமும் இல்லை. நான் அவரின் வாசிப்பாளன், என்ற வகையிலோ, ஓவியன் என்ற வகையிலும் கூட இன்று வரை அறிமுகம் இல்லை தான்.

ஆனாலும் அவர் என்னை 1999 இல் இருந்து ஈர்த்து கொண்டவர்.

நான் பள்ளியில் ஓவிய ஆசிரியராக வேலை பார்த்தபோதும், திருவண்ணாமலை கட்டபொம்மன் தெருவில் ஓவியக் கூடத்தில் ஓவியம் வரைந்து கொண்டிருந்த காலங்களிலும், இலக்கிய நண்பர்களால் நூல் அறிமுகங்கள் கிடைத்தபோது, வாசிப்பு அனுபவமும், கேள்வி ஞானங்களும், மனதில் குடியமர்ந்து கொள்ளும். அப்படி மனதில் முகாமிட்டு, அதிர்வலைகளை எழுப்பிக் கொண்டிருந்தது இவரது 'எட்டுத்திக்கும் மதயானை 'என்கின்ற நாவலாகும். அதனைப் பற்றிய அறிமுக வாசனையை எழுப்பியது பவா!

அந்த நாவல் , வாழ்க்கை இப்படித்தான் இருக்க வேண்டும். என்கிற வரைமுறைகளை உடைத்தெறிந்து , வாழ்வு ஆற்றைப்போல ஒழுங்கற்ற நிலையில் செல்வது தானே அதன் இயல்பு என்பதை உணர வைத்தது. ஏற்கனவே நான் ஜி நாகராஜனின் அதிர்வலைகள் மனிதவாழ்வின் புற வாசலைப் பார்க்க வைத்திருந்த அனுபவத்தைக் கொடுத்திருந்தது.

நாஞ்சில்நாடனின் எழுத்தும் என்னை உறைய வைத்தது.

அதில் வருகின்ற., பூலிங்கமும், செண்பகமும் மனதளவில் பல பாதிப்புகளை உருவாக்கினார்கள். இடையில் கதா பாத்திரங்களாக கண்டு எடுக்கப்படுகின்ற திம்மன் அவரது குடும்பத்தினர் , ஆந்திரா, கர்நாடகா, மார்வாடிகள் , ரயில்வே ஸ்டேஷன் , மற்றும் பல மாநில பழக்கவழக்கங்கள், இதர மொழிகளோடு தமிழ் கலந்த உச்சரிப்புகள் , அதன் சொல்லாடல்கள் என மனித சஞ்சாரவாழ்வை என்னை அசைபோட வைத்தது. பம்பாய், ஆந்திர மாநிலம் அங்குள்ள மக்களின் வாழ்வு முறை என எல்லா இடங்களிலும் , மன நகர்வுகளால், தன்னியல்பு அனுபவ வார்த்தைகள் இட்டு நாவலை உருவாக்கியுள்ளார். சுவை குறையாமல் தீப்பொறி கங்குகளோடு நகர்த்தி , அனல் மூச்சுவிட வைக்கிறார்!

நாவலில் வருகின்ற எழுத்துக்கள் எல்லாம் முற்றின விதைகளாக விதைக்கப்பட்டிருப்பது உணர நேரிடுகிறது. பள்ளிக்கூட அறைகளிலும் , ஓவியக் கூடங்களிலும் ஒடுங்கி வரைந்து கொண்டிருந்த கைகளுக்கு அவருடைய எழுத்து வரிகள் வலிமை சேர்ப்பதாகவும் அமைந்தது. மனதை ரயில் ஏற வைத்து , டெம்போ, லாரி எனபயணப்பட வைத்தது .என் மன வேர் கால்களை ஒரே இடத்தில் நிற்கவைக்காமல் எல்லா மாநிலங்களையும் சுத்தி காண்பித்த பெருமை எழுத்தாளர் நாஞ்சில் நாடனைச் சாரும்.

25 ஆண்டுகளுக்கு முன்பு ஒரு முறை பவா செல்லதுரை யோடு நான் நாஞ்சில் நாடனை கோயம்புத்தூரில் சந்தித்த ஞாபகம் எனக்கு உள்ளது. கண்டிப்பாக அவருக்கு இருக்க வாய்ப்பில்லை. நாவல் சிறுகதைகள், கவிதை, கட்டுரைகள் என எல்லாவற்றிலும் தடம் பதித்திருக்கிறார். நவீனம் மட்டுமல்லாமல் மரபும் கொண்டவர். எந்த வடிவத்தில் இருந்தாவது தனது பங்கை தமிழ் இலக்கிய உலகிற்கு அளிப்பவர். அவர் கருத்துக்களை ஏற்றுக் கொண்டாலும், மாறுபட்ட கருத்துக்களை வைத்தாலும், அவைகளை வாசித்து விவாதிக்கப்பட வேண்டும் என்கின்ற விருப்பம் உள்ளவர்.

தலைகீழ் விகிதங்கள், மாமிசப் படைப்பு, மிதவை போன்ற நாவல்களும், தெய்வங்கள் ஓநாய்கள் ஆடுகள்

நாஞ்சில்நாடன் கதைகள், உப்பு போன்ற சிறுகதைத் தொகுப்புகளும், கவிதைகளும் கட்டுரைகளும் வெளிவந்துள்ளது. அவைகள் வாழ்க்கை அனுபவங்களாகவும், வாழ்வின் மீது பற்று மிக்கவைகளாகவும், மண்ணின் தன்மைகளை உள்ளடக்கியதாக உள்ளது. மனித வாழ்க்கையில் ஏற்படுகின்ற சிக்கல்களை பகிர்ந்து கொள்ளுபவைகளாக இருக்கிறது. இருந்தாலும் அவரின் எல்லா தொகுப்புகளிலும் குறைவான வாசகனாக இருப்பது எனக்கு மன நெருடலாகவும் இருக்கிறது.

மனுஷ்யபுத்திரன்.

எதுகை மோனை வடிவம் இருந்தால்தான் கவிதை என்றிருந்த நேரத்தில் , வெண்மணி என்ற தோழர் அறிமுகமானார். அவரின் கனல் வரிகள் என்ற கவிதைத்தொகுப்பு கொடுத்து படிக்கச் சொன்னார். அது எல்லோரும் புரிந்து கொள்ளுகிற வடிவமாயிருந்தது.

திருவண்ணாமலையில் 'வார்ப்பு என்கின்ற கையெழுத்துப்பிரதி நடத்தினார்கள்! அதில் வந்த கவிதையின் வடிவங்கள் ஈர்க்கத் தொடங்கின.பண்டித புலமையில்

சிக்கித் தவித்த..கவிதை வடிவம் தணிகைச்செல்வன்., கந்தர்வன் பாமர மக்களும், புரிந்து கொள்ளும் விதமாக எழுதினர்.. சில குழுவினர் அதை கோஷம் போல் இருக்கிறது என்றும் விமர்சித்தார்கள்.

ஞானக்கூத்தன், பிரமிள், விக்ரமாதித்தன் , கல்யாண்ஜி

வண்ணநிலவன், கலாப்பிரியா,

பிரம்மராஜன் , சுகுமாரன், என புதுக்கவிதை கவிஞர்கள் பட்டியல் நீண்டது. அனேகமாக 90 களுக்கு மேல் என்னை வசீகரித்த கவிஞர்களில் ஒருவர் மனுஷ்ய புத்திரன் கவிதைகள் ஆகும். அவரின் தொகுப்பான. 'யாரோ என் படுக்கையறையில் ஒளிந்திருக்கிறார்கள் 'என்ற தலைப்பே அப்போது என்னை வாசிக்க வைத்தது. தனக்குத்

தானே பேசிக்கொள்ளும் முறையை கவிதையை வடிவமாக

பேச்சுரிமையை காப்பாற்றுகின்ற

அழகியல் கூடிய வார்த்தைகளாக

அவர் எழுதுகின்ற ......ஆற்றல் என்னை சிந்திக்கவும் வைத்தது. திரும்பத்திரும்ப பிறர் எழுதிய தத்துவங்களை பழமைவாத கவிஞர்கள் உட்புகுத்தி படிக்கச் சொல்வதும் ,

அதிகார தன்மை உள்ளார்ந்த., செய்யுள் வடிவம், சலிப்படைய வைத்திருந்தது. அந்த வடிவ தன்மையிலிருந்து மனுஷ்ய

புத்திரன், வார்த்தைகளை கலைத்துப் போட்டு , அவைகளை அடுக்கும் முயற்சியில் வெற்றி பெறுகிறார்.

தன் அனுபவ வாழ்க்கையில்

இருக்கும் சொற்றொடர்களை

படிக்க வைக்கும் முறை ஏனோ பிடித்திருந்தது. கையில் கொண்ட அரிவாளால் , காட்டை

கடக்க முயற்சி செய்யும் சமகால

கவிஞனாக நான் காண நேரிடுகின்றது.பொறு என்கின்ற கவிதையில்......

'தற்கொலை

செய்து கொள்ளவிருப்பதாக

கடிதம் எழுதிய

ஜோசப்பிற்கு பதில்

எப்படியும்

விரைவில்

சாகடிக்க பட்டு விடுவோம்

ஏன் அவசரப் படுகிறாய்?'

'மனித ஜென்ம பூமியில்

பாபருக்கு

வேண்டும் மசூதி

இராமருக்கு

வேண்டும் கோயில்

ஜனங்களுக்கு

வேண்டும்

சுகாதார கழிப்பறைகளேனும்.'

போன்ற கவிதைகளும் , பல

நீண்ட கவிதைகளும் படிக்க கிடைத்தது. பல கவிதைகள் கணையாழி, நிகழ்,

சுட்டும் விழிச்சுடர் என்கின்ற

இதழ்களில் பிரசுரமாகி, இவரை

தமிழ் கவிதை சூழலுக்கு கவிஞராக 93 களில் அறிமுகப்படுத்தி வைத்தது.

மரபுக் கவிதைகளின் இலக்கண இறுக்கத்திலிருந்து

தப்பிப்பதற்கும், அதே சமயத்தில் வீரிய தன்மைக்கும் புதுக்கவிதை உருவானது என்று சொல்லலாம்.

வடிவத்தால் மட்டுமல்லாமல், உணர்வு நிலையில் ஏற்படும் மனுஷ்யபுத்திரனின் ஆளுமை புலப்படுகிறது. உயிர்த்துடிப்புடன் இயல்பாகவும் இருக்கிறது.

பாரதி கிருஷ்ணகுமார்

தமிழ்நாட்டு மேடைகளில் ஒரு இளைஞர் பட்டாளத்தை... இல்லை இல்லை... ஒரு தலைமுறையையே தன் பேச்சுத் திறமையால் கட்டிப்போட்டு, நண்பர்களாலும் தோழர்களாலும் 'பி.கே' என அன்பாக அழைக்கப்படுபவர். 1986-ல் வேலூர் பெல்லியப்பா கட்டிடத்தின் வெளிப்புறத்தில், அரசு ஊழியர் சங்க மூன்று நாள் மாநாட்டில் ஒருநாள், அரசு ஊழியர்களையும் மக்களையும் தனது மேடைப் பேச்சால் உறைய வைத்து வசீகரித்து கொண்டவர்.

அவரது உயரமும் பேச்சின் உயரங்களும் எல்லோரையும் பிரமிக்க வைத்தன. அவருக்கு எதிராகப் பேசுபவர் மதுரை பாலன் என நினைக்கிறேன். பி.கே.வை விட இரண்டரை அடி உயரம் குறைந்தவர். பிகே மைக் பிடித்து பேசும்போது, மைக் சரசரவென உயரமாக ஏற்றப்படுகிறது. பாலனுக்கோ சரசரவென இறக்கப்படுகிறது. இதுவே இவர்களின் பேச்சின் ஏற்ற இறக்க அளவுகளை மதிப்பீடு செய்கிறது. போதாக்குறைக்கு பாரதிகிருஷ்ணகுமார், பாலனைப் பார்த்து ஆளும் வளரனும் அறிவும்

வளரனும் என பட்டுக்கோட்டையின் பாட்டை உதாரணத்துக்குச் சொல்ல, கூட்டத்தில் கைத்தட்டல் விண்ணைப் பிளக்கிறது.

நான் பேச்சைக் கேட்டுக்கொண்டே, ஒருபுறம் பாரதியாரின் படத்தை வேகமாக வரைந்து கொண்டிருக்கிறேன். கூட்டத்தை முடித்து வந்த பாரதி கிருஷ்ணகுமார் என் கைகளைப் பற்றி வரைந்த விரல்களுக்கு முத்தமிடுகிறார். அதன் ஈரம் இன்றுவரை என் விரல்களில் நெஞ்சினில் காயாமல் அப்படியே இருக்கிறது. அந்தப் பசுமை நினைவுகள் கிட்டத்தட்ட 35 ஆண்டுகள், நட்பாக, தோழமையாக, குடும்ப உறவாக, அன்பின் வெளிப்பாடாக, வாழ்க்கை எங்களையும் இணைத்துக் கொண்டே நகர்கிறது. திருவண்ணாமலை கலை இலக்கிய மேடைகள், அரசு ஊழியர் சங்க கருத்தரங்கங்கள், பல நிகழ்வுகள் டேனிஷ் மிஷின் பள்ளியின் நூற்றாண்டு விழா... என எண்ணற்ற அனுபவங்கள்...

எழுத்தாளராக, திரைப்பட இயக்குநராக, நாவன்மையால் மக்களை ஈர்ப்பவராக தமிழகத்தை வலம் வந்து கொண்டே இருக்கிறார். நம்பிக்கையோடு பேசுவதற்கான ஒரு வாயும் ஒரு ஜோடி காதுகளும் இருக்கும் வரை உரையாடலுக்கான தேவையும் மனிதனுக்கு இருந்துகொண்டே இருக்கும் என்பார்.

மாபெரும் பள்ளத்தாக்குகளை, துயரங்களைக் கடந்துபோக இலக்கியங்கள்தான் உதவும் என்று பட்டுக்கோட்டை கல்யாணசுந்தரம் எழுதிய, ‘துன்பக் கடலை தாண்டிப் போக தோணியாவது கீதம்’ என்பார். இருள் எல்லா திசைகளிலும் இருந்து வருகிறது. ஆனால் ஒளியோ ஒரு திசையில் இருந்து மட்டுமே வருகிறது. ஒற்றைத் திசையில் இருந்து வரும் ஒளிதான் இலக்கியம் என்கிறார். இலக்கிய அறிவை அரசியல் கட்சிகள் பயன்படுத்தி கட்சியில் உள்ளவர்களை வாசிப்புத் தன்மையில் ஈடுபடுத்தினால் மக்களை நல்வழிப்படுத்தலாம். நல்ல சமுதாயம் உருவாக்கலாம்.

ஆவணப்படுத்துவதில் மிகவும் பின்தங்கி இருக்கிறது நமது சமூகம். உலகப் பொதுமறையான திருக்குறளை எழுதியவர் திருவள்ளுவர். அவர் யார்? எந்த ஊர்? ஒருவரா? பலரா? என குழப்பம் இன்று வரை நீடிக்கிறது. சிலப்பதிகாரம் எழுதிய இளங்கோவடிகள் எந்த ராஜாவின் தம்பி? கம்பர் போன்றவர்களின் பிறப்பு இறப்புச் செய்திகள், அவர்கள் வாழ்ந்த ஊர்கள் பற்றின தகவல்கள் ஆவணப்படுத்தாமல் போனவற்றைப் பற்றியெல்லாம் கூறுகிறார். உ.வே.சா இல்லையெனில் இன்று தமிழின் பெருமைகளைச் சொல்லும் பல நூல்கள் நமக்குக் கிடைக்காமலேயே போய் இருக்கும் என்கிறார்.

பாரதிராஜாவிடம் உதவி இயக்குநராகப் பணியாற்றியபின் திரைப்பட முயற்சிகளில் இறங்கினார். பல போராட்டங்களுக்குப் பின் 'என்று தணியும்' என்ற படம் வெளிவந்தது. 'ராமையாவின் குடிசை', 'உண்மையின் போர்க்குரல்', 'எனக்கு இல்லையா கல்வி?' என ஆவணப்படங்கள் எடுத்தார்.

சமூகத்திற்குப் பயன் தரும் மேன்மையான படங்களை மட்டுமே எடுக்க உறுதி பூண்டிருக்கிறார். பரந்த வாசிப்பும், அதன் தொடர்ச்சியான மேடைப்பேச்சு அனுபவமும் இவருக்கே உரித்தானது.

காந்தி பேசாத ஊர்கள் இல்லை. பாரதி திருவல்லிக்கேணி கடற்கரையில் தினமும் பேசினான். வ.உ.சி.யும், சுப்ரமணிய சிவாவும் ஆற்றிய உரைகளால்தான் தூத்துக்குடியில் பெரும் கிளர்ச்சி ஏற்பட்டது. அம்பேத்கர் வாழ்நாள் முழுக்க மக்களைச் சந்தித்துப் பேசியிருக்கிறார். நல்ல இலக்கியங்களை, புத்தகங்களைத் தேடிப்போய் வாசிக்க இயலாத மக்கள் உள்ள நாடு என வருத்தப்படுகிறார். ஆகவே, மக்களோடு உரையாடியே தீரவேண்டுமென தன் பேச்சைத் தொடர்கிறார் பாரதி கிருஷ்ணகுமார்.

2020

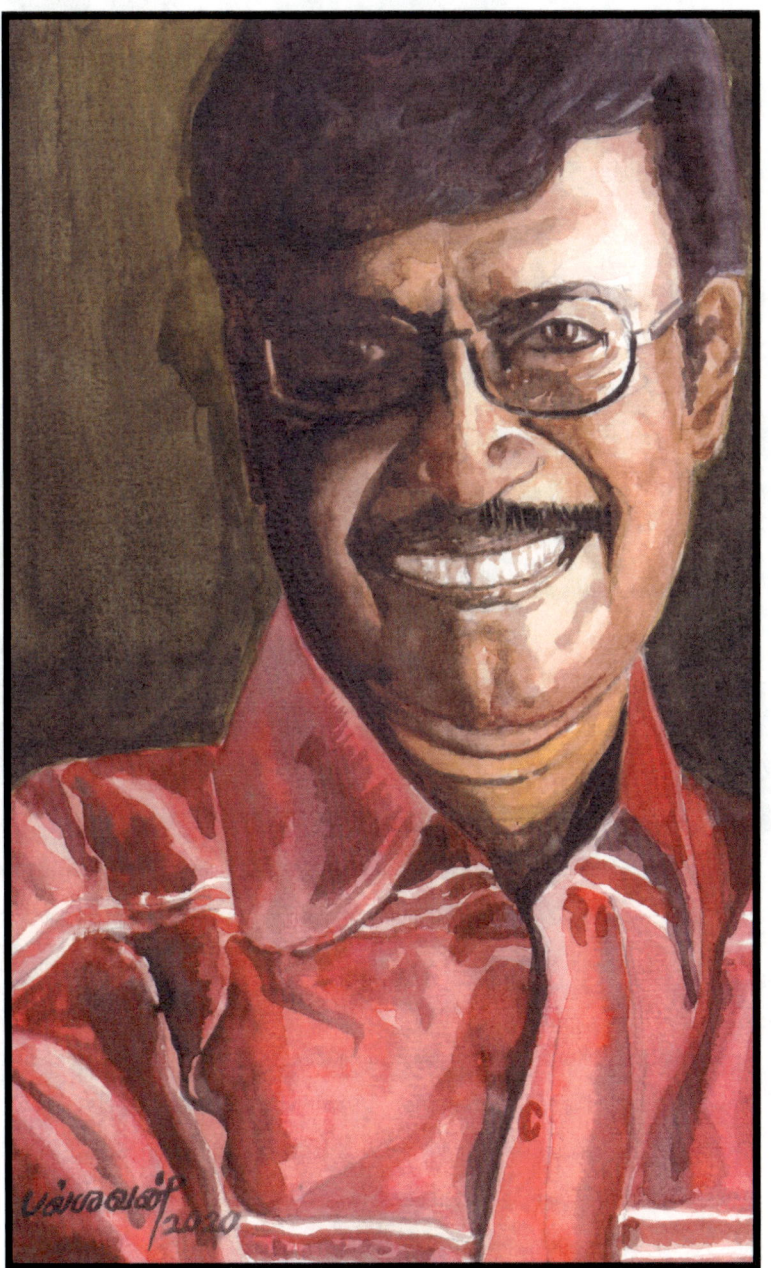

பாஸ்கர் சக்தி

பாஸ்கர் சக்திக்கும் எனக்கும் முப்பது ஆண்டுகளுக்கும் மேலாக அறிமுகத் தொடர்பு. முதல் பத்து ஆண்டுகள் அவர், சென்னைவாசியாக மாறும் முன், தேனியில் அப்போது இருந்த நண்பர் உத்ரா, பவா, கருப்பு கருணா இவர்களோடு அடிக்கடி என் ஓவிய கூடத்துக்கும் வருவார். எனக்குத் தெரிந்து எல்லா கலை இலக்கிய இரவுகளிலும் உடன் இருந்திருக்கிறார் என்று எண்ணுகிறேன். அந்த முதல் பத்து ஆண்டுகளில் மௌனமே வார்த்தைகளை வெளிவிடாமல் இவரை பார்த்துக் கொள்ளும். ஒரு பார்வையால் பார்த்து புன்சிரிப்புடன், 'ஓவியரே' என்பார். அன்போடு கூடிய நெகிழ்வின் விசாரிப்பு அவர் புன்சிரிப்பில் கலந்திருக்கும். பிறகு இடைப்பட்ட இருபது ஆண்டுகளில் அவர் வாழ்வியல் பயணங்களில் பல சாதனைகள் புரிந்துள்ளார். சிலவற்றை நண்பர்கள் மூலமும் தோழர்கள் மூலமும் அறிந்திருக்கிறேன். எனக்குத் தெரிந்து அவர் ஆனந்த விகடனில் எழுதிக்கொண்டு இருந்தார். பின்னர் விகடனிலேயே வேலை பார்த்துக்கொண்டு இருந்தார். மெட்டிஒலி என்கின்ற டி.வி. சீரியலுக்கு கதை வசனம் எழுதி ஒரேநாளில் தமிழகத்தின் பட்டிதொட்டிகளுக்கெல்லாம்

அறிமுகமானார். இவரது ஆரம்பகால மௌனமே, இவரது வளர்ச்சிக்குக் காரணமாக இருந்தது என்பது இப்பொழுது புரிகிறது. இவர் சிறுகதைகளுக்குள் இவ்வளவு நுட்பங்களை ஒளித்து வைத்திருப்பார் என்று கனவிலும் நினைக்கவில்லை.

எல்லாம் இப்பொழுது எனக்கு தலைகீழ் விகிதங்களாக மாறிப்போனது. ஓவியத்தோடு சேர்ந்து வாசிப்பதும் படிப்பதும் என ஆகிப்போனது. ஏறக்குறைய படிப்பதற்கும் எழுதுவதற்கும் ஒரு முதிர்கன்னியைப் போல காத்திருக்கிறேன்.

கல்லூரியில் படித்திருந்தாலும், வாழ்க்கையைத் திறமையோடு வாசிப்பதால் எழுத்துத் திறமை இவரிடம் பளிச்சிடுகிறது. இவரின் இதுவரை வெளிவந்த சிறுகதைகளின் தொகுப்பான 'கனகதுர்கா' வம்சி புக்ஸ் வெளியீடு, வாசித்துக்கொண்டு எழுதுகிறேன். வாழ்க்கையின் தத்துவங்கள், கண்ணதாசனின் தத்துவ வரிகளைப் போலே சிறுகதைகளில் ஒட்டிக்கொண்டு வருகிறது. கவித்துவமும் கிராமத்து மண்ணியல் அழகுகளும் படர்ந்து, மனதை இளைப்பாற்றிச் சிந்திக்க வைக்கிறது. 'சாதனம்' கதை படிக்கும்போது மனக்கேமராவை இயக்க வைக்கிறார். ஓவியப்பார்வையில் எழுத்துக்களை சிறுகதைகளாக மாற்றுகிறார். ஒரு சினிமா ஒளிப்பதிவாளர் கண்களில் தப்பி விடுவதுகூட, இவர் எழுத்தில் தப்புவதில்லை. கிராமத்தில் படிக்கும் இளசுகளின் தலையில் தளர வழியும் எண்ணெய்களோடு, செவ்வந்திப் பூக்களையும் கனகாம்பரத்தையும் சூடி அழகு பார்க்கிறார்.

அவர்களின் எதிர்காலக் கனவுகளை புத்தகப்பைகளில் நிரப்பி பள்ளிக்கு அனுப்புகிறார். மனிதர்கள் பல நேரங்களில் சரியற்ற மனநிலையில் இருப்பவர்கள்தான் என்பதை 'பழுப்புநிறப் புகைப்படம்' சிறுகதையில் தெளிவுபடுத்துகிறார். சோகமான நிகழ்வைக்கூட நகைச்சுவை கலந்து

விவரிக்கிறார். 'பழுப்புநிறப் புகைப்படம்' தொடங்கி முப்பத்தொன்று சிறுகதைகள் இந்தத் தொகுப்பில் உள்ளது. நான் ஒரு எட்டுக் கதையை படித்து இருக்கிறேன். இன்னும் படித்துக் கொண்டிருக்கிறேன். சென்னையை விட்டு தெற்கே இவரின் ஊருக்குச் செல்லும்போது காண நேரிடும் நான்குவழிச் சாலை போடப்பட்டு இயற்கை வளம் அழிந்து போன தமிழகம் இவர் மனதைப் பாதிக்கிறது. வழிநெடுகிலும் போடப்பட்ட மனைப் பிரிவுகள் சோக நிகழ்வுகளாகவே தெரிகின்றன. கிராமத்தில் இருக்கிற இளைஞர்கள் டூவீலர்களில் கழுத்துகளில் மைனர் செயின் மாட்டிக்கொண்டு ரியல் எஸ்டேட் பிசினஸ் செய்வது அதிர்ச்சியில் உறையச் செய்வதாகக் கூறுகிறார். நூலகத்திற்குச் செல்லாமல் வாசிப்பைத் தொலைத்த இன்றைய இளைஞர்களை எண்ணி வேதனைப்படுகிறார். கேடுகெட்ட சமுதாயமாக மாறுவது சோர்வுற்ற மனதை இவருக்குத் தருகிறது. இந்த ஆற்றாமையைத்தான் இவர், உள்வாங்கி, கூடவே தன் நகைச்சுவை உணர்வையும் கலந்து கதைகள் ஆக்குகிறார். மேலும் பல திரைப்படங்களில், கதை மூலம் தன் திறமையை வெளிப்படுத்திக் கொண்டிருக்கிறார். எம்டன் மகன், அழகர்சாமியின் குதிரை, வெண்ணிலா கபடிக்குழு, நான் மகான் அல்ல, பாண்டியநாடு என பல படங்களுக்கு கதை வசனம் எழுதி இருக்கிறார். எளிமையான அன்பான மனிதர் பாஸ்கர் சக்தி.

ஜே. ஷாஜகான்

ஓவியம் மட்டுமே வரைந்து கொண்டிருந்த காலங்களில், நட்பு தோழர்கள் மத்தியில் அடிக்கடி ஷாஜகானைப் பற்றி பேச்சு வரும். புதிதாக எழுதிக் கொண்டிருக்கின்ற எழுத்தாளர்களை பற்றியது அது !

ஷாஜகான், போப்பு, பவா செல்லதுரை, போன்றவர்கள் எழுத ஆரம்பித்த காலமாக இருக்கலாம். அனேகமாக ஷாஜகான் செம்மலரில் எழுதியிருந்த. 'ஈன்ற பொழுது என்ற சிறுகதை பரவலாக எல்லோர் மத்தியிலும் பேசப்பட்டது.

அப்பொழுது த.மு. எ. ச.மாநாடு மற்ற நிகழ்வுகளில் , ஷாஜகானின் குரல் சிரிப்பு அலைகளோடு ரசிக்கும்படியான விமர்சனங்களால் மற்றவர்களைப் பற்றி ஒலித்துக்கொண்டே இருக்கும்

அவரும் கந்தர்வனும் இருக்கின்ற இடம் சுற்றியுள்ளஇளைஞர்களைத் தக்க வைத்துக் கொள்ளும். பொது நிகழ்வுகள் நடந்து கொண்டே இருந்தாலும், இவர்கள் இருக்கும் இடங்களில் நிகழ்வுகள் முடிந்து இரவு

நேரங்களிலும் சரி, கந்தர்வனைச் சுற்றி ஒரு கூட்டம் இருக்கும் அதில் ஷாஜகான், பவா, சு. வெங்கடேசன், கருப்பு கருணா , ரேணுகோபால் என இரவுகள் சுவாரசிய பேச்சுக்களால் விடியும். அது என்னமோ ஷாஜகானின் சிரிப்பு முகம்..இன்றுவரை என் நினைவில் பின் தொடர்ந்து வருகிறது. தொடர்ந்து எழுதிக் கொண்டிருக்க வேண்டியவர். இடையில் என்னவோ காரணங்களுக்காக மௌனம் காத்தார் என்பதும் புரியவில்லை பல ஆண்டுகளுக்குப் பின் வம்சி வெளியிட்ட. காட்டாறு, ‘சிறுகதைத்தொகுப்பு படிக்க நேர்ந்தது. அவரை எப்பொழுதோ எழுதவேண்டிய மனமிருந்தும் , வாசிக்க புத்தகம் கிடைக்காமல் காலதாமதமும் ஆனது. ஒரு உறவுக்காரனைபோல பார்க்கும் இடங்களில் புன்னகையால் பற்றி

கொள்பவர் ஷாஜகான். பிரியமும், உணர்வு மனநிலையும் தேங்கியுள்ள மனிதர்கள் படைப்பு மனநிலை உள்ளவர்கள் தான் என்பதை எப்போதும் நான் அறிவேன். எழுத்து வடிவங்களை கையாள நுட்பம் இருந்தால் காலம் தன் ஊற்றுக்கண் திறக்க கலை வடிவங்கள் கதைகளாக வருகிறது. தீராத பக்கங்களை எழுத்துக்கள் முடித்து வைக்கிறது அந்தவகையில் ஷாஜகானின் காட்டாறு வெளிவந்துள்ளது. ஒழுக்க விதிகளை ஓரம்கட்டி

மனித வாழ்வின், துயரங்களை அல்லது சாராம்சங்களை , நம் முன்னே விரிவடையச் செய்கிறது. ஒவ்வொரு சிறுகதைகளும் படிக்கும்போது வாசகனுக்கு இன்னொரு வாசலை திறந்து, மனதில் ஈரக்கசிவு ஏற்படுத்துகிறது. நடைமுறை வாழ்வில் எல்லோரோடும் சிரித்து மகிழ்ந்து பேசும் ஷாஜகான் படைப்பு மனநிலையில் ஒரு சிற்பிக்கு நிகராக எழுத்தை பாவிக்கிறார். விட்டுப்போன., அறுந்துபோன

வாழ்வின் சாரத்தை மிக நேர்த்தியாக கையாள்கிறார். ஈன்ற பொழுது கதை படித்து முடிக்கையில் , சித்திரச் சுவடுகளாய் கதை மனதில் கசிவை

ஏற்படுத்தி நகர்கிறது. இதில் இடம்பெற்றுள்ள கருவேலமரங்கள் அம்மி கொத்துகிற....ராசப்பன் பிழைப்பு தேடி பெங்களூருக்கு வேலைக்குச் செல்வது போன்ற கதைகள் என பதினோரு கதைகள் இடம்பெற்றுள்ளது. பெண்கள் இவர் கதைகளில் அதிகமான தாக்கத்தை ஏற்படுத்துகிறார்கள்.

2020

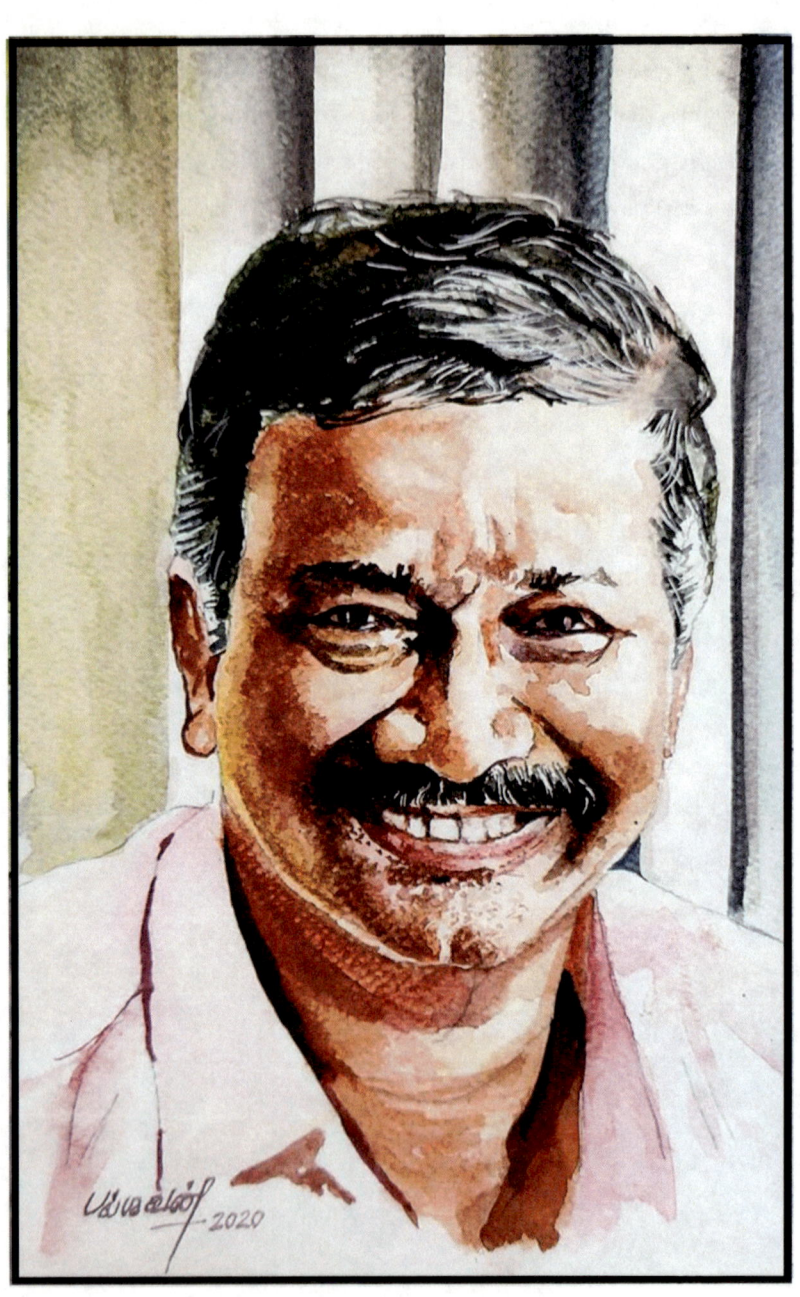

கே. வி. ஷைலஜா

ஒரு புத்தகத்திற்கானவர். வரைந்திருக்கும் ஓவியத்திற்குத் தக்கபடி முகநூல் பதிவில் எழுதித் தீர்த்துவிட முடியாதவர். அவர் மனம் முழுவதும் நுட்பமான உணர்வுகளால், மென்மையான பக்கங்களாக வாழ்வின் அனுபவங்களைச் சேமித்து வைத்திருப்பவர். சந்திக்கும் மனிதர்கள், கூடும் உறவுகள், பழகும் எழுத்தாளர்கள் என அனைவரையும் மன அடுக்குகளில் அத்தியாயங்களாகக் கொண்டவர். ஆனாலும் இந்த மனுஷிக்கான ஒரு துளிப் பகிர்வு மட்டுமே இது. பவாவின் அம்மாவுக்குப் பிறகு, கூடுதலான குடும்பச் சுமைகளையும் மெல்லிய உதட்டுப் புன்னகையால் நகர்த்தி, பவாவின் உயரத்துக்கு வழி விடுபவர். எல்லோருக்குமான அன்பை, வீடு முழுக்கப் படரவிட்டு இருப்பவர். எங்களுக்கிடையில் எழுத்துக்களால் மட்டுமே இட்டு நிரப்ப முடியாத முப்பது ஆண்டுகாலத்திற்கும் மேலான குடும்ப உறவு உண்டு. பவா எழுத்தாளராகவும் கதைசொல்லியாகவும் வளர்வதற்கான இன்னொரு எழுத்துக்காரி.

சைலஜா, பவா காதல் பருவத்திலிருந்து திருமணமாகி குடும்பமாக இருக்கும் போதிலிருந்தே த.மு.எ.ச.வின் அனைத்து நிகழ்வுகளிலும் மற்ற

தோழர்களோடு சேர்ந்து, அடிநாதமாக இயங்கியவர்கள். தமிழகத்தில் இவர்களுக்குத் தெரியாத எழுத்து ஆளுமைகள் இல்லை என்று கூறலாம். குறிப்பாக சைலஜா பொறுப்பில் இருந்தபோதுதான் என்னோடும் இயக்கத் தோழர்களுடன் இணைந்து 'முற்றம்' நிகழ்வுகளை சிறப்பான முறையில் வடிவமைத்தார்.

ஜெயகாந்தன், பிரபஞ்சன், திலகவதி, சுந்தரராமசாமி, கி. ராஜநாராயணன், பாலச்சந்திரன் சுள்ளிக்காடு, பால் சக்கரியா, பாவண்ணன் என முப்பதுக்கும் மேற்பட்ட ஆளுமைகள் முற்றம் நிகழ்வுகளில் பங்கேற்று டேனிஷ் மிஷன் வளாகத்தை இலக்கிய மேடை ஆக்கினார்கள். அப்போதிருந்துதான் சாரோனில் இருக்கும் இவர்களது வீடும் எழுத்தாளர்களின் வேடந்தாங்கலாக மாறியது. மேடைகளில் மட்டுமல்ல அவர் வீட்டு விருந்து உணவிலிருந்தே இலக்கியம் பரிமாறப்படுகிறது. ஒரு குடும்பமே கலை உணர்வோடு இலக்கியச் செயல்பாட்டில் இருக்கும்போது, பிற அனைத்துக் கலைஞர்களும் சங்கமிக்கிற இடமாக சாரோன் மாறியது.

கோணங்கி, முருகபூபதி, வல்சன் கூர்ம கொல்லேரி, ஆனந்த் சகரியா, காயத்ரி கேம்யூஸ், எஸ். ராமகிருஷ்ணன், ஜெயமோகன் என கலைஞர்களால் அவரது வீடு நிரம்பப் பெற்றது. வீட்டை இலக்கியத்தை நிர்ணயிக்கின்ற நூலகமாகவும் மாற்றி அமைத்தார்கள்.

சைலஜா, பவாவுடனான முப்பது ஆண்டு காலப் பழக்கத்தில் முதல் இருபதாண்டுகள் கூடவே இருந்தவன் நான். அவர்கள் பெரும்பாலும் என்னை விட்டு விலகியதில்லை. இலக்கியம், வீடு, பள்ளி, ஓவியக்கூடம் என அனைத்து இடங்களிலும் நிரம்பி இருக்கிறார்கள். சைலஜாவின் மனதுக்குள்ளே எழுத்து, ஓவியம், நாடகம், புகைப்படக்கலை போன்ற அழகியல் சார்புகள் நிறைந்திருப்பதை நானறிவேன். அவற்றை வம்சியும்

மானசியும் இன்று இட்டு நிரப்பிக்கொண்டே இருக்கிறார்கள். கடந்த பத்து ஆண்டுகளில் மொழிபெயர்ப்பின் மூலம் தன்னை எழுத்தாளராகத் தக்கவைத்துக் கொண்டுள்ளார் சைலஜா.

கூடவே வம்சி பதிப்பகம் உருவாகியது. எனக்குத் தெரிந்து அவரது முதல் மொழிபெயர்ப்பு நூலான பாலச்சந்திரன் சுள்ளிக்காட்டின் சிதம்பர நினைவுகள் தொகுப்பு மூலம் தமிழ்நாடு முழுவதும் அறியப்பட்டவரானார். சைலஜாவின் வாசிப்பு அனுபவங்கள், அவரது மொழிபெயர்ப்புக்கு உரம் சேர்த்திருக்கின்றன. தன் பொது வேலைகளுக்கு மத்தியில், எழுத்தும் படைப்பு மனநிலையும் வாய்க்கப்பெற்ற விரல்கள் அபூர்வமானதுதானே!

சிறுகதைகளாக சர்மிஷ்டா, சூர்ப்பநகை, யாருக்கும் வேண்டாத கண் போன்றவைகளும், மூன்றாம் பிறை - மம்முட்டியின் வாழ்வியல் அனுபவங்கள், சுமித்ரா, இறுதி யாத்திரை, கதை கேட்கும் சுவர்கள் என பனிரெண்டு தொகுப்புகள் வெளி வந்துள்ளது. ஒன்றிரண்டு தொகுப்புகளைத் தவிர அனைத்தையும் வாசித்து விட்டேன். கதை கேட்கும் சுவர்கள் உமா பிரேமனின் மலைவாழ் சிறுவர் பள்ளியில் இவர்களோடு ஒரு நாள் கழித்திருக்கிறேன். சுமத்ரா, உருவமற்ற முதல் ஆண் என்னை மிகவும் பாதித்த எழுத்து வடிவங்கள். இவரோடு சேர்ந்து அந்த நூல்களின் மனத்துயரங்களில் கரைந்து மீண்டு இருக்கிறேன். இவரின் மொழிபெயர்ப்பு கவித்துவ வரிகள் மாறாமல் மலையாள மொழிக்கு உரிய அம்சத்தோடு வாசம் பரப்புவதை எளிமையாக உணரலாம்.

கற்பனைகளும் கனவுகளும் வாழ்க்கையின் அனுபவங்களும் கூர்ந்து கவனித்தலும் இலக்கியத்தின் இதமான காற்றாகிறது. வழுக்கிச் செல்லும் வலியுணர்வின் வார்த்தைகளை ஸ்திதி மாறாமல் வாசகனுக்குப் புரிய வைக்கிறார். அகலிகை உயிர்ப்பது போல இவர் விரல் பட்டு எழுத்து உயிர்ப்பித்துக் கொள்கிறது. சுமித்ராவின் மரணத்தைக்கூட படிப்பவர்களின்

மனங்களில் உயிர்கொண்டு நடமாட விடுகிறார். நம்மோடு பேசித் தீர்க்கிறார். கூடவே வாசகர்களாகிய நாமும் கரைந்து போகிறோம். சைலஜா தன் குடும்பப் பணிகளோடு தொடர்ந்து எழுதட்டும். எழுத்து அவர் மனதில் பூக்கும் இன்னொரு வடிவான மலர்த்தோட்டம் தானே!

போப்பு

எழுத்தாளர் 'போப்பு'வைப் பற்றி எழுத வேண்டும் என்பது எனது நீண்ட நாள் ஆசை. ஒருவரை எழுத்தால் அறிமுகப்படுத்தி எழுத வார்த்தை தானியங்களைச் சேகரிக்க வேண்டும். இப்போதுதான் நான் மொழியின் அறுவடை வயல் தேடுகிறேன். தானியக் குதிர் தேடுகிறேன். மனித மன அதிர்வுகளைச் சேகரித்து வைத்திருக்கிற புத்தகக் கிடங்குகளில் சொல்மணிகளைத் தலையில் சுமக்கிறேன். அவற்றைத்தானே உங்களோடு பகிர்ந்துகொள்ளலாம்.

எனக்கு ஒரு சௌகரியமும் சௌந்தரிய சுதந்திரமும் உண்டு. வார்த்தைகளை வண்ணம் தோய்த்துத் தரலாம். இந்த மாதிரி சிந்தனை எல்லாம் இருபதாண்டுகளுக்கு முன் இல்லைதான். கலை நிகழ்வுகளின் பேனர்களை வரைந்து வைப்பது மட்டுமே என் வேலை.

எல்லா நிகழ்வுகளின் ஒருங்கிணைப்புப் பொறுப்பு, பவா, கருப்பு கருணா தலையில் விழும். வசூல், அழைப்பிதழ், நிகழ்ச்சி நிரல் எல்லாமும்தான். அப்படி ஒவ்வொரு இலக்கிய இரவுகளின் போதும், ஒரு

சில நாட்களுக்கு முன்பாக சில தோழர்கள் ஒத்துழைக்க வந்துவிடுவார்கள். அதில் ஓசூர் தோழர்கள் முக்கியமானவர்கள். குறிப்பாக, போப்பு பெரும்பாலும் வந்துவிடுவார். பவா, கருப்பு கருணா, போப்பு இன்னும் பல தோழர்களோடு இலக்கிய இரவுகள் களை கட்டும். போப்பு, அப்போது கவிதைகள், சிறுகதைகள் எழுதிக் கொண்டிருப்பதாகக் கேள்விப்பட்டாலும் என் நினைவின் அடுக்குகளில் ஏனோ சரிவரப் படியவில்லை!

ஒருவேளை அவர் சிங்கப்பூரிலிருந்து வந்திருந்து ஓசூரில் செட்டில் ஆகி, இயற்கை உணவு விடுதி நடத்தியது காரணமாக இருக்கலாம். ஆனால் போப்பின் புன்சிரிப்பும், முக அமைப்பும் என்னை வசீகரித்திருந்தது. எப்பொழுதும் சிரித்தபடி இருப்பார். குறைவான வார்த்தைகளைப் பேசி, நான் வரைந்த பேனர்களை ரசிப்பார்.

கலை இலக்கிய நிகழ்வுகள் காந்தி சிலை முன்பு நடத்துவது நின்றபின், வெளியூர் தோழர்களும் வருவது குறைந்து போனது. மேடைகளில் பிளக்ஸ் பேனர்கள்தான் என்றானபின், எனக்குப் பின்னால் சுற்றிக் கொண்டிருந்த ஒளி வட்டமும் கழன்று போனது. நானும் மக்கள் மத்தியில் பார்வையாளனாக ஆக்கப்பட்டேன். காலப்போக்கில், கலை இலக்கிய இரவுகளின் தன்மையும் நீர்த்துப்போய், எல்லா அமைப்புகளும் கையிலெடுக்க, சிவாஜிகணேசனுக்குப் பின் வீரபாண்டிய கட்டபொம்மன் வேஷத்தை சிரிப்பு நடிகர்களும் போட்டு ஆடி அதன் தன்மைகளை கேள்விக்குறியாக மாற்றியதைப் போல ஆனது. புதிய வடிவங்களைக் கண்டுபிடித்து கருத்துகள் மூலம் பொதுமக்களைச் சென்றடைவதற்குப் பதில் அந்தந்த அமைப்புகளுக்கான சிலரைச் சேர்த்து, மக்களை பழையபடி டி. வி. சீரியல், நாடகம், சூப்பர் சிங்கர் என வீடுகளுக்குள் அடைத்துப் போட்டார்கள். இலக்கியங்களில் ஆர்வமுள்ளவர்கள் மெல்ல புத்தக வாசிப்பாளர்களாக மாறினார்கள். ஆற்றல் உள்ளவர்கள் மேடையைப்

பயன்படுத்துவது தவறிப் போனது. பல இலக்கிய நிகழ்வுகள் சினிமாக்காரர்களை அழைத்தும் தடுமாறி நின்றன. பிடிவாதப் போக்குகளால், மேடைகளில் பேசி பொதுமக்களைக் கோட்டை விடுகிறார்கள். அந்த அமைப்பை சார்ந்தவர்களே பேசுவதைக் கவனிக்காமல் செல்போன் நோண்டிக் கொண்டிருப்பதைப் பல மேடைகளில் பக்கத்திலிருந்து பார்த்திருக்கிறேன்.

இன்றைய இளைஞர்களும் மேடையில் நடத்தப்படும் கூத்துக்களை விட, தொழில்நுட்பம், இணையதளத்தின் வாயிலாக அறிவை மேம்படுத்திக் கொள்ளுகிறார்கள். அவர்கள் யூ-டியூப், கூகுள் போன்றவற்றின் மூலம் அறிவையும் இலக்கியத்தையும் தெரிந்து வைத்து இருக்கிறார்கள். அதன் வளர்ச்சியைப் பயன்படுத்தியே பவா செல்லதுரை, எஸ் ராமகிருஷ்ணன், பாரதி கிருஷ்ணகுமார், ஜெயமோகன், சோ. தர்மன் போன்ற ஆளுமைகள் இளைஞர்களை இருந்த இடத்திலேயே கட்டிப்போட்டு கவனிக்க வைத்துவிட்டார்கள்.

எனக்கு இந்த 'கொரோனா காலம்' படம் வரைகிற சூழ்நிலையையும் எழுதும் வாய்ப்பையும் உருவாக்கித் தந்துள்ளது. வெட்டியான பொழுதுகளும் பயனற்ற சொற்களும் காணாமல் போயின. வார்த்தைகளின் ஜீவன் மனதில் உள்ளதை எழுதச் சொல்கிறது; படிக்கச் செய்கிறது. 'உங்களுக்கு எழுத்தும் பிடிபட்டு வருகிறது; எழுதுங்கள்' என தம்பி பவாவும் எழுத்தாளர் போப்பும் நாடகவியலாளர் பிரளயனும் உற்சாகப்படுத்துகிறார்கள்.

அவர்கள் என் எழுத்தின் நடையை அங்கீகரிப்பவர்கள். முகநூலில் எத்தனையோ நல் மனசுக்காரர்கள் வரவேற்கிறார்கள். அவர்கள்தானே நாம் நேசிக்கும் மக்களும். அவர்களை நோக்கித்தானே எல்லா மேடைகளும்.

ஊரின் ஈர சுவாசம் தொலைத்த குற்ற உணர்வுதான் போப்புவை எழுதத் தூண்டியதும். நானும் தவறவிட்ட மத்தியதர வாழ்க்கை, நட்பு, தோழமை, காதல், உறவு எல்லாமும் கலந்த வாழ்வியலை எழுத வார்த்தைகள் துணை வருகிறது. உண்மையோடு கலந்து தெளிந்த உணர்வுகளை நிரப்ப உதவுகிறது.

போப்பு எழுதிய சிறுகதைத் தொகுப்பு 'கல்கிழவி' வாசித்துக் கொண்டிருக்கிறேன். தேவானையின் அத்தை தொடங்கி, மழைக்கஞ்சி வரையில் பத்து சிறுகதைக்கு மேல் படித்துவிட்டேன். அவரின் சாப்பாட்டுப் புராணம், உடல் நல உணவு, என் உடல் மூலதனம், உடல்நலக் குறிப்புகள், காயமே இது மெய்யடா, சுற்றுச்சூழல், தலித் தன் வரலாறு போன்ற பல நூல்களை நாம் வாசிக்க வேண்டும்.

கல்கிழவி தொகுப்பில் அவர் வாழ்ந்த காலத்தை எளிமையையும் அழகையும் சிதைக்காமல் படைத்துள்ளார். உழைப்பின்றி வேறொன்றும் அறியாத குறு விவசாயிகளுக்கும் பாட்டாளிகளுக்கும் அவர்தம் பித்தம் வெடித்த பாதங்களை வருடி அர்ப்பணித்துள்ளார்.

திண்ணைக் கலாச்சாரம் ஒழிந்து காம்பவுண்ட் சுவர்கள் நெடிதுயர்வது கண்டு மிரள்கிறார். உழைப்பின்மீது நம்பிக்கை கொண்ட போப்பு இப்பொழுது பாண்டிச்சேரியில் வசிக்கிறார்.

249

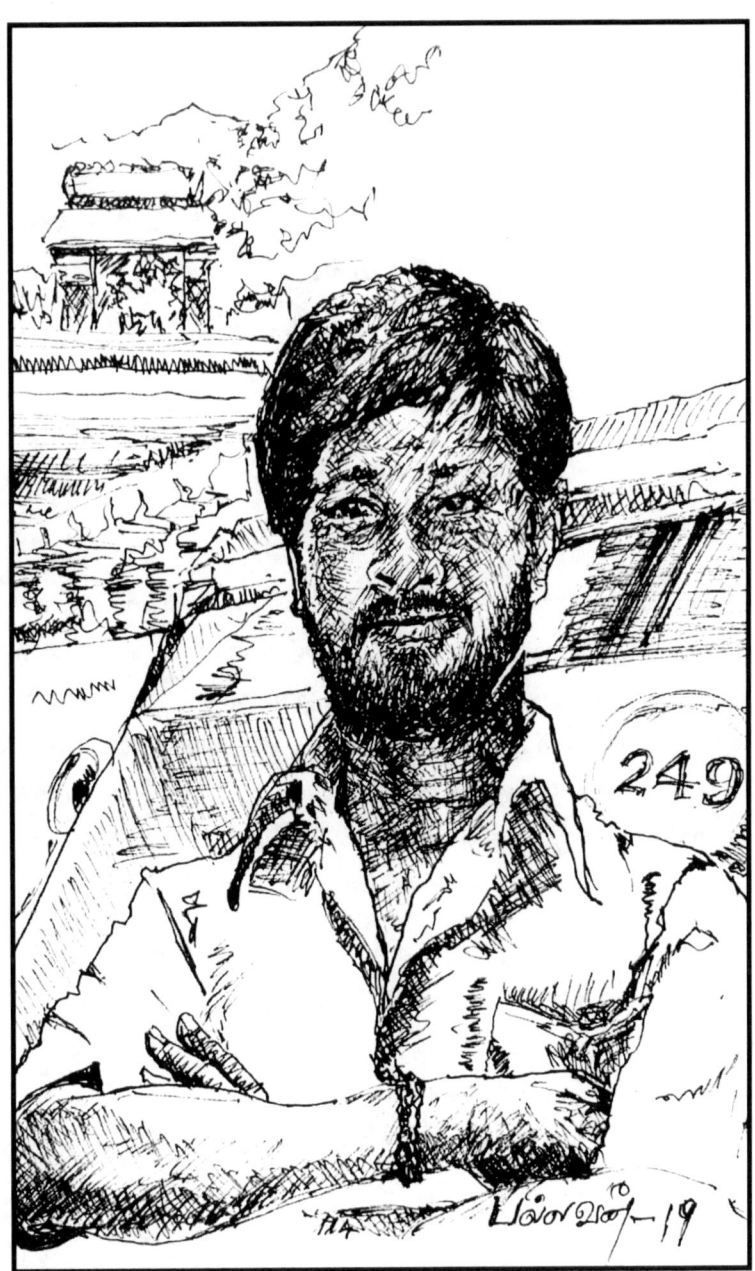

பீனிக்ஸ்

திருவண்ணாமலை பெரிய கோபுரத்தைக் கடக்கும்போது, இவரும் இவரின் ஆட்டோவும் நினைவுக்கு வருவதைத் தவிர்க்க முடியாது. 'எளிய மனிதர்கள்தான் பிரமாண்டங்களை உருவாக்குகிறார்கள்' என்று சொன்னவர். எதிலும் தன்னை முன்னிறுத்திக் கொள்ளாத எளிமையான கவிஞர். 35 ஆண்டுகளுக்கு முன் முற்போக்கு எழுத்தாளர் சங்கத் தோழர்களான கருப்பு கருணா, பவா செல்லதுரை, குண்டு பாஸ்கர் இவர்களோடு ஓவியக்கூடத்தில் அறிமுகமாகிப் பழக்கமானவர்.

நவீன கவிதைகள் மீது அதீத ஈடுபாடு கொண்டவர். பிரம்மராஜன், பிரமிள், ஞானக்கூத்தன், கலாப்ரியா, தேவதச்சன் என கவிஞர்களை தன் இளமைக்காலத்தில் பட்டியல் இடுவார். எந்த ஆரவாரமுமின்றி, ஒரு நதியைப் போல காலம், இவரை பொருளாதாரத் தேவைக்காக ஆட்டோ ஓட்டுநராக மாற்றியது. புராதனக் காற்று, ஆட்டோவுக்குள் உறங்கும் ஆத்மா, தூக்கு மரம் என மூன்று கவிதைத் தொகுப்புகள் வந்துள்ளன. பீனிக்ஸின் ஆட்டோவும் பயணிகளோடு சேர்ந்தே, கவிதையின் கருவைச்

சுமக்கும். பயண அனுபவங்களே அவரை மற்ற ஆட்டோக்காரர்களிடம் இருந்து தனிமைப்படுத்தின. அதுதான் அவரது கவிதைக்கான நேரமும் கூட...

பெரிய கோபுரத்தின் உயரம், மலையின் உச்சி இவைகளைக் கடந்து, இவரின் ஆத்மா, கவிதையின் 'சூல்' கொள்ளும். காலம் எல்லாவற்றையும் மீறி சில கட்டாயங்களை நம்முன் வைக்கிறது. மனிதம் அதை எதிர்கொண்டுதான் ஆக வேண்டியிருக்கிறது. 'எல்லா அருவிகளும் நதியாகி கடலில் கலப்பது இல்லை' என்பது போல, கவிஞர் பீனிக்ஸும் இப்போது இல்லை.

கார்த்திகை மாத வானம், மனம் போல விரிந்து கிடக்கிறது. இன்றைக்கு மழை நீர் போலாகி மண்ணில் விழுகிறேன். பசும்புல் தழைப்பது போல எனது பேனா முனையில் பீனிக்ஸ் என்ற கவிஞன் முளைக்கிறான். பிரம்மாண்டமாய் வாழ நினைப்பவர்கள் எளிய மனிதர்கள்தான் என்பதை உணர்ந்தே வரைகிறேன். நீயும் ஒரு கவிதையின் தீப ஒளிதானே...

க.சீ. சிவக்குமார்!

ஒரு ஓவியனுக்கு வரைய ஆரம்பிக்க., முதல் கோடு எப்படி அவசியமானதோ , அப்படியே ஒரு எழுத்தாளனுக்கு , ஆரம்பிக்க ஒரு வார்த்தை கிடைத்துவிட்டால் போதும் ...தொடர்ந்து வாக்கியம் வரிகளாகி பிறகு கதைகளாகும். கட்டுரைகளாகும் , கவிதைகள் ஆகும். பிறகு தொகுப்பு என முடிவடையும். இதற்கு முழு உதாரணம் க.சீ .சிவகுமார்! 1993 க்கு முன் பல இலக்கிய நிகழ்வுகளுக்கு நண்பர்களோடு க.சீ.சிவகுமார் திருவண்ணாமல வந்திருக்கிறார். பல நேரங்களில் என் ஓவியக் கூடத்தில் என்னை ஓவியங்களைக் குறித்தும், மற்றவைகளைக் குறித்தும் பேசி... என்னை விட்டால் போதும் என்கின்ற நிலைக்கு அவரால் தள்ளப்பட்டு இருக்கிறேன்.

எப்போதும் எதிர்க் கேள்விகள் கேட்டே, மனதில் வெப்பச் சலனத்தை உருவாக்குவார் !

அது தவறல்ல அவரின் பிறவி குணம். நகைச்சுவை உணர்வுகளால் வார்த்தைகள் பேசும்போது கொப்பளித்து வரும்.

அவரின் செயல்பாடுகள் அவரையும் மீறின குணங்களைக் கொண்டவையாக இருக்கும். இவைகள் எல்லாம் எழுத ஆரம்பிக்கிற காலங்களில்.

அநேகமாக அவரின் முதல் தொகுப்பு கன்னிவாடி என்று நினைக்கிறேன்.

ஒருமுறை இவர் கலை இலக்கிய மாநாடு திருப்பரங்குன்றத்தில் நடக்கும்போது நான் விளம்பரப் பதாகைகள் எழுதி அங்கேயே தங்கி இருந்தேன். பல இரவுகள் அங்கு வந்து ஓவியங்களைப் பற்றி பேசி தூங்கவிடாமல் செய்து எந்தெந்த பத்திரிகைகளுக்கு கதை அனுப்பிய சுவாரஸ்ய செய்திகளை நகைச்சுவையோடு கூறுவார். கூட இருப்பவர்களையும் கேள்விகளால் இட்டு நிரப்பி, பதில்களில் திருப்தி அடைய மாட்டார்.

இவர் ஒரு வார்த்தை விளையாட்டு விஞ்ஞானி! பரிசோதனைகளால் நண்பர்களை விழிபிதுங்க வைப்பவர்.

நாமெல்லாம் சிறுகதை எழுதுவது கடினம் என எண்ணும் பொழுது அதை மிக அனாவசியமாக எழுத்தாக்கி, நகைச்சுவையை உள்ளடக்கிய வார்த்தைகளாய் நகர்த்துவார்!

வாசிப்பவரை, எள்ளல், துள்ளலோடு நகர்த்தி சிரிக்க வைப்பார். இயல்பு நிலையை, கதை ஆக்குவதில் இவருக்கு நிகர் இவரே!

என் ஓவியக் கூடத்தில் ஒரு நண்பர் தினமும் வருவார். அவர் எந்த வேலைக்கும் செல்ல மாட்டார். ஆனால் வீட்டில் இருந்து

புறப்படும்போதே, யார் தலையில்

எவ்வளவு பணம் பறிப்பது, என
திட்டம் போட்டுக் கொண்டு வருவார்

கடையில் வாயிற்படியில் வந்து, ஒரு துண்டு பீடியைப் பற்ற வைப்பார். அன்றைய பொழுதிற்கான சிகரெட்டு, சரக்கு எல்லாவற்றுக்குமான ஆட்களைத் தேற்றி, மாலை வீடு சேரும் முன் வீட்டுச் செலவுக்கான பணமும் கொண்டு செல்வார். இது எனக்கு தெரிந்து எல்லா ஊர்களிலும் இருக்கும் தனிநபர் கேரக்டர். இதை சிவகுமார் மிக நேர்த்தியாக படிக்கிற சுவாரஸ்யத்தோடு கதை ஆக்குவார். இதுபோல் ஒரு கதைக்கு 'செல்வக்கடுங்கோ கோழியாதன் என தலைப்பு வைத்துக் கொண்டு செல்வார்.

அன்றாடம் நடக்கும் எளிய நிகழ்ச்சியைக் கூட எழுத முடியும்

என்ற நம்பிக்கைகளை விதைத்து அழகுபட கதையாகி உள்ளார். இவரின் குண சித்தர்கள், உப்பு கடலை குடிக்கும் பூனை தொகுப்பு

படித்துக்கொண்டிருக்கிறேன். தொகுப்பில் கிடைக்கிற எல்லா கதைகளும், இவரின் அனுபவத்தை கொண்டு எழுதப்பட்டதாக இருக்கிறது.

கைப்பற்றும் திராணியற்றவர்களின்கழிவிரக்க தோடு அதைப் பொருத்து கையில் கருப்பு நகைச்சுவையுடன் கூடிய ஒரு கலையாக மாற்றுவதாககூறுகிறார்.

இந்தப்படமும் 'வாட்டர் பெயிண்ட்டால் வரைந்தது.

பல்லவன்
2020

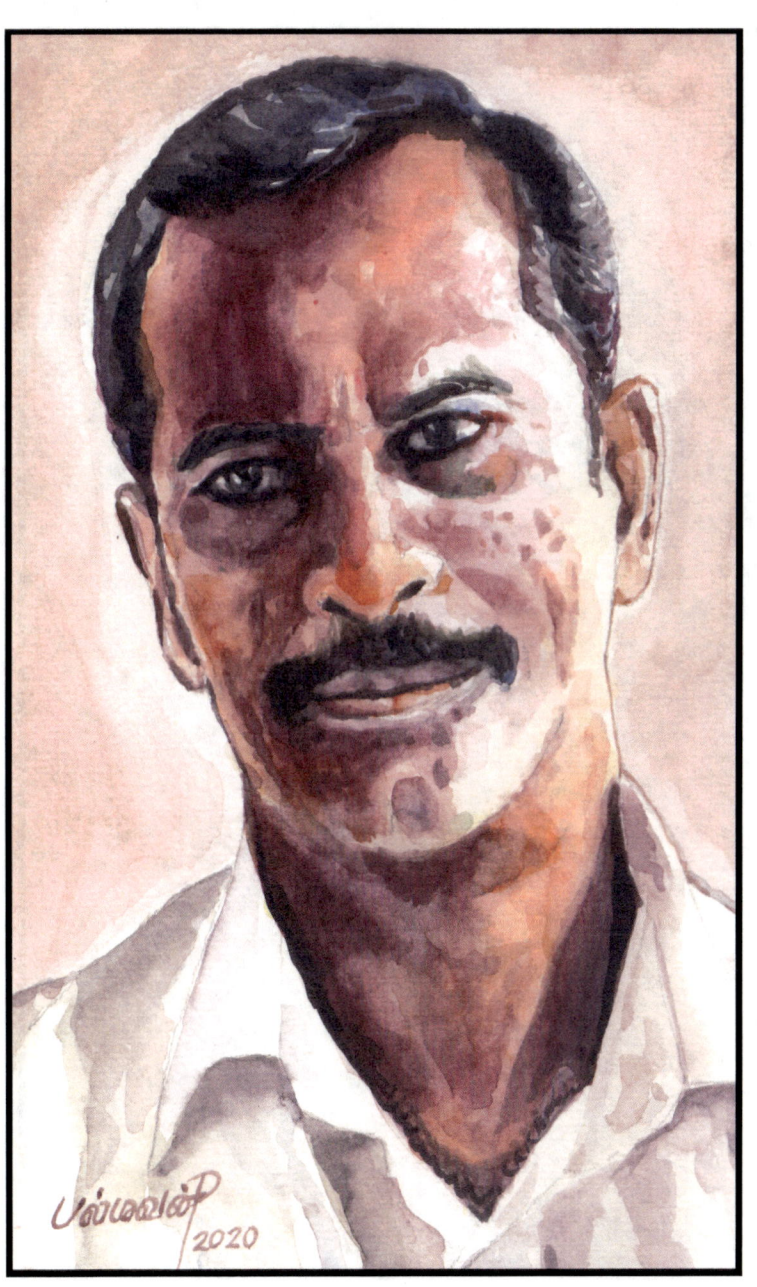

சிவகுமார்

இந்தப் படம் வரைந்து நான்கு நாட்கள் ஆகிறது. சிவகுமார் சாரின் குரலைக் கேட்டு விட்டுத்தான் பதிவு போடுவது என பவாவிடம் பேசிக்கொண்டிருந்தேன்.

நேற்று சிவகுமார் சாருடன் பவா பேசிக்கொண்டிருந்தபோது, பல்லவன் உங்களோடு பேசிவிட்டுத்தான் பதிவிடப் போவதாகத் தெரிவிக்க, அடுத்த நொடியில் ஒரு கம்பீரமான குரலில், ''நான் என்ன அப்படி எழுத வேண்டிய பெரிய ஆளா?''...என அவருக்கே உரித்தான தன்னடக்கத்தை வெளிப்படுத்தினார் சிவகுமார் சார். நானும் அவரிடம், ''ஒவ்வொரு மனிதனும் ஒரு புத்தகத்துக்குச் சமமானவன். உங்களிடம் அனுபவமும் ஆழ்ந்த சொல் வளமையும் உள்ளது. சிறுவயதிலிருந்து என்னை ஓவியக்கோடுகளால் ஈர்த்துக் கொண்டவர். சினிமாத் துறையில் ஒழுக்க கட்டுப்பாடுகளால் மக்களால் அறியப்பட்டவர். நாங்கள் தெரிந்து கொள்ள வேண்டிய நல்ல அனுபவ நூலகம்'' என பேச்சைத் தொடர்ந்தேன்.

என்னுடைய பதினான்காவது வயதில் சிவகுமார் சார் கதாநாயகனாக, இரண்டாம் கதாநாயகனாக வலம் வந்து கொண்டிருக்கிற புதிது. உயர்ந்த மனிதன், காவல்காரன், மோட்டார் சுந்தரம் பிள்ளை போன்ற படங்கள் வெளிவந்து அன்றைய இளைஞர்களின் நம்பிக்கை நட்சத்திரமாக இருந்தார். எம்ஜிஆர், சிவாஜிக்குப் பிறகு ஜெய்சங்கர், ரவிச்சந்திரன், சிவகுமார் என கதாநாயகர்கள் உதயமாகிறார்கள்.

மூன்றாம் வகுப்பில் என்னையும் என் விரல்களையும், ஓவியம் தத்து எடுத்துக் கொண்டதாலோ என்னவோ பின்னாளில் இவரை நேசிக்கக் காரணமாக இருந்தது.

எங்கள் கிராமத்தில் என் சித்தப்பா டீக்கடை நடத்தி வந்தார். பத்தாம் வகுப்பு படித்துக்கொண்டு டீக்கடையில் நான் வேலை பார்த்துக்கொண்டிருந்த நேரம். வரைந்த ஓவியங்களை சுவற்றில் மாட்டி, டீ குடிக்க வருபவர்களின் பாராட்டுதலுக்கு ஏங்கி இருந்த காலம் அது. இவர் நடிகராக இருந்த பொழுது இவரது கோட்டோவியங்கள் நடிகர், நடிகைகளின் படங்கள் 'பேசும் படம்' போன்ற சினிமா இதழ்களில் வெளிவந்து என்னை பிரமிப்புக்கு உள்ளாக்கும். அன்றைய ஆசிரியர்கள் சிலர், இவர் ஓவியக்கல்லூரியில் படித்தவர் என்று சொல்லி என்னை வியப்பிலும் ஆழ்த்துவார்கள்.

எல்லாக் கிராமங்களும், சினிமா நடிகர் நடிகைகள் மீது ரகசிய காதல் வைத்திருந்த காலமது. சினிமாப் படங்கள் குறித்து, பாடல்கள் குறித்து, படம் ரிலீஸ் ஆனவுடன் டவுன் தியேட்டர்களில் படம் பார்த்த வீரதீர செயல்களை டீக்கடையில் பெருமையாகப் பேசுவார்கள். பத்தாம் வகுப்பு படிக்கும்போது சிவகுமார் சாரின் படத்தை, பென்சிலில் வரைந்து அவருக்கு அனுப்பினேன். அவரும் பதிலுக்கு கருப்பு வெள்ளைப் புகைப்படம் ஒன்று அனுப்பி லெட்டர் பேடில் என்னைப் பாராட்டி பதில்

அனுப்பி வைத்திருந்தார். அதேபோல் ஜெய்சங்கரும் எனக்கு ஒரு கடிதமும் புகைப்படமும் அனுப்பியிருந்தார். இவற்றை கண்ணாடிச் சட்டம் போட்ட படங்களாக மாட்டி டீக்கடையை அலங்கரிக்கச் செய்தேன். வெள்ளிக்கிழமை ரிலீஸ் ஆகும் சினிமா படங்களை, சனி ஞாயிறு வரைந்து சுவற்றில் மாட்டி வைப்பேன்.

ஒருமுறை சென்னை வடபழனியைச் சேர்ந்த இரு கோ-ஆப்டெக்ஸ் மேனேஜர்கள் என் படங்களைப் பாராட்டி, ''டேய் படிப்பு முடித்துவிட்டு என்னை வடபழனியில் வந்து பார், என் கடைக்கு எதிரில்தான் விஜயா வாகினி ஸ்டுடியோக்கள். உன்னை சினிமாவில் சேர்த்து விடுகிறேன்'' என்று கூற... அவர்களுக்கு தண்ணீர் கலக்காத 2 ஸ்பெஷல் டீ போட்டுக் கொடுத்து என்னை ஆசுவாசப்படுத்திக் கொண்டேன். முதன் முதலாக அன்றைய இரவு, எனக்கு வண்ணக்கனவுகள் நிரம்பிய இரவாக விடிந்தது.

ஓவியம் பழக, வேலூர் எனக்கு ஆரம்பப்பள்ளி ஆனது. வீனஸ் ஆர்ட்ஸ் சாரதி ஆர்ட்ஸ், வேலூர் ஆர்ட்ஸ்... லித்தோ பிரஸ், சினிமா பேனர்கள், அரசு ஓவியத் தேர்வுகள் என ஓவியம் சார்ந்த வாழ்க்கையானது.

என் சித்தப்பா மகனும் என்னோடு சேர்ந்து ஓவிய தேர்வுகள் எழுதி, பின்னாளில் திருவண்ணாமலை இருவருக்குமான ஓவியக்கூடம் உருவாக... கிராமத்து டீக்கடை நஷ்டமாகி என் சித்தப்பாவும் வந்துசேர... மெல்ல மெல்ல... திறமைகளே பொறாமைகளாக மாற்றிண உறவுகள் பிரிவுகள் ஆயின. உச்சபட்சமாக நான் காப்பாற்றி வைத்திருந்த சிவகுமார் சார் போட்டோவும் ஜெய்சங்கரும் காணாமல் போனார்கள்.

காலங்கள் எல்லாவற்றையும், தேற்றி எனக்கு மருந்திட்டு வருகிறது. எழுத்தாளர்களுடனும் கவிஞர்களுடனும் நடிகர், நடிகைகளுடனும் சினிமா டெக்னிசியன்களுடனும் நெருங்கிப் பழகும் வாய்ப்பு கனிந்து

வந்தது. என்றாலும், பால்ய நினைவுகளின் அலையடிப்பாய் ஓவியம் வரைந்துகொண்டு இருக்கும்பொழுது, சிவகுமார் சாரின் நினைவுகளும் சுற்றிச்சுற்றி வரும்.

அவர் நடிகரைத் தாண்டிய நல்ல ஓவியர். பேச்சாளர். சங்ககாலப் பாடல்களை மனனம் செய்து சொல்வதில் அனைவரையும் வியப்பில் ஆழ்ந்துபவர். 'கம்பன் என் காதலன்', 'இது ராஜபாட்டை அல்ல', 'தமிழ் சினிமாவின் தமிழ்' போன்ற நூல்களை எழுதியுள்ளார்.

நான் வரைந்த ஓவியங்களைப் பாராட்டியுள்ளார். அவர் வரைந்த ஓவியங்களை எனக்கு அனுப்பி மகிழ்ந்துள்ளார். கம்பராமாயணம், வாழ்க்கைத் தத்துவங்கள், மகாபாரதம் போன்றவற்றை அனுப்பி என்னைக் கேட்க வைத்துள்ளார். புதியதாக வரப்போகிற சில ஆடியோக்களை அனுப்பி ஆலோசனைகளையும் வரவேற்கிறார். வண்ணங்களை ஒரு ஓவியன் எப்படிப் பயன்படுத்துவானோ அப்படியே வார்த்தைகளையும் பயன்படுத்துகிறார். இலக்கியத்தை தற்கால வாழ்க்கையின் சகல பரிணாமங்களோடும் ஒப்பிடுகிறார். சிறந்த எண்ணங்களும், சிறந்த மனிதர்களை உருவாக்கும் என்கிற வரிசையில் எனக்கு பிடித்தமான ஒளி ஊடுருவும் கலைப் பார்வை கொண்டவர் அண்ணன் சிவக்குமார். நட்பின் உறுதியான ஆழம் கொண்ட ஓவியர். நடிகர். நல்ல சொற்பொழிவாளர்.